# RÍKUR BRAGÐUR AF ÓMAN

100 uppskriftir til að fagna ekta smekk ómanskrar matargerðar

KATLA JÓNASDÓTTIR

Höfundarréttarefni ©2023

Allur réttur áskilinn

Engan hluta þessarar bókar má nota eða senda á nokkurn hátt eða á nokkurn hátt án skriflegs samþykkis útgefanda og höfundarréttarhafa, nema stuttar tilvitnanir sem notaðar eru í umsögn. Þessi bók ætti ekki að koma í staðinn fyrir læknisfræðilega, lögfræðilega eða aðra faglega ráðgjöf.

# EFNISYFIRLIT

**EFNISYFIRLIT** ............................................................................................... 3
**KYNNING** ..................................................................................................... 6
**MORGUNMATUR** ........................................................................................ 7
   1. Ómanskt brauð (Khubz Ragag) ............................................................ 8
   2. Ómanska Chebab (pönnukökur) ........................................................ 10
   3. Ómanska Shakshuka ........................................................................... 12
   4. Omani Laban (jógúrt) með döðlum ..................................................... 14
   5. Oman brauð eggjakaka ....................................................................... 16
   6. Ómanska Khabeesa ............................................................................ 18
   7. Jógúrt og döðlur Smoothie ................................................................. 20
   8. Ómanska sardínur og kartöfluhass .................................................... 22
   9. Omani Full Medames ......................................................................... 24
   10. Ómanski ostur Paratha ..................................................................... 26
   11. Ómanska Maldouf Flatbrauð ............................................................ 28
**SNILLINGAR OG FORRÉTTIR** .................................................................. 30
   12. Úrvals döðludiskur ........................................................................... 31
   13. Ómanska villt .................................................................................... 33
   14. Samosa .............................................................................................. 35
   15. Ómanska Khubz (Flatbrauð) franskar ............................................... 38
   16. Ómanskar döðlur með möndlum ..................................................... 40
   17. Ómansk fyllt vínviðarlauf (Warak Enab) .......................................... 42
   18. Ómanska Lahm Bi Ajeen (Kjötbökur) ............................................... 44
   19. Ómanska Falafel ............................................................................... 46
   20. Ómanska spínatfitu .......................................................................... 48
   21. Ómanískt grillað Halloumi ................................................................ 50
**AÐALRÉTTUR** ............................................................................................ 52
   22. Ómanska hafrasúpa (Shorba) ........................................................... 53
   23. Qabuli (afganskur hrísgrjónapílaf) .................................................... 55
   24. Ómanska hefðbundin Mashuai ........................................................ 57
   25. Mandi hrísgrjón með kjúklingi ......................................................... 59
   26. Majboos (ómönsk krydduð hrísgrjón með kjúklingi) ....................... 61
   27. kjúklingaharar með einum potti ....................................................... 63
   28. Ómanskar fiskharar .......................................................................... 65
   29. Kjúklingashawarma .......................................................................... 67
   30. Ómanska Shuwa ............................................................................... 70
   31. Ómanski Mishkak ............................................................................. 73
   32. Kjúklingur Kabsa .............................................................................. 75
   33. Ómanska Arsia .................................................................................. 78
   34. Ómanskur kjúklingur Biryani ........................................................... 81
   35. Ómanskt fiskakarrí (Salonat Samak) ................................................ 84
   36. Ómanska Lamb Kabsa ...................................................................... 86
   37. Ómanska grænmeti Saloona ............................................................ 88
   38. Ómanska Lamb Mandi ..................................................................... 90

39. ÓMANSKA LAMB KABULI ..... 92
40. OMANI KOFTA MEÐ KÚRBÍTSÓSU ..... 94
41. MADROUBA ..... 96
42. KJÚKLINGUR MEÐ LAUK OG KARDIMOMMUM HRÍSGRJÓNUM ..... 99
43. NAUTAKJÖTBOLLUR MEÐ FAVA BAUNUM OG SÍTRÓNU ..... 102
44. LAMBAKJÖTBOLLUR MEÐ BERBERJUM, JÓGÚRT OG KRYDDJURTUM ..... 105
45. BYGGRISOTTO MEÐ MARINERUÐU FETAOSTI ..... 108
46. STEIKTUR KJÚKLINGUR MEÐ KLEMENTÍNUM ..... 110
47. MEJADRA ..... 112
48. KÚSKÚS MEÐ TÓMÖTUM OG LAUK ..... 115

**SÚPUR** ..... **117**
49. RISTAÐ GULRÓTARSÚPA MEÐ DUKKAH KRYDDI ..... 118
50. MARAK SAMAK (ÓMANÍSK FISKISÚPA) ..... 121
51. SHORBAT ADAS (ÓMANSKA LINSUBAUNASÚPA) ..... 123
52. SHORBAT KHODAR (ÓMANSKA GRÆNMETISSÚPA) ..... 125
53. LIME KJÚKLINGASÚPA ..... 127
54. HARIRA (ÓMÖNSK KRYDDUÐ KJÚKLINGASÚPA) ..... 129
55. SHORBAT HAB (ÓMANSKA LINSUBAUNA- OG BYGGSÚPA) ..... 131
56. ÓMANSKA GRÆNMETI SHURBAH ..... 133
57. ÓMANSKA TÓMATFISKISÚPA ..... 135
58. OMANI-BALOCHI SÍTRÓNUFISKUR KARRÝ (PAPLO) ..... 137
59. KARS- OG KJÚKLINGASÚPA MEÐ RÓSAVATNI ..... 139
60. HEIT JÓGÚRT OG BYGGSÚPA ..... 141

**SALÖT** ..... **143**
61. ÓMANT SJÁVARRÉTTASALAT ..... 144
62. ÓMANT TÓMATAR OG GÚRKUSALAT ..... 146
63. ÓMANSKT SPÍNAT OG GRANATEPLASALAT ..... 148
64. ÓMANSKT KJÚKLINGASALAT (SALATAT HUMMUS) ..... 150
65. ÓMANT TABBOULEH SALAT ..... 152
66. OMAN FATTOUSH SALAT ..... 154
67. ÓMANSKT BLÓMKÁLS-, BAUNA- OG HRÍSGRJÓNASALAT ..... 156
68. ÓMANSKA DÖÐLU- OG VALHNETUSALAT ..... 158
69. ÓMANT GULRÓT OG APPELSÍNUSALAT ..... 160
70. ÓMANSKT KÍNÓASALAT ..... 162
71. ÓMANSKA RAUÐRÓFU OG JÓGÚRT SALAT ..... 164
72. ÓMANSKT HVÍTKÁL SALAT ..... 166
73. ÓMANT LINSUBAUNASALAT (SALATAT AUGLÝSINGAR) ..... 168

**EFTIRLITUR** ..... **170**
74. ÓMANSKUR RÓSAVATNSBÚÐINGUR (MAHALABIYA) ..... 171
75. OMANI HALWA (SÆTUR HLAUP EFTIRRÉTTUR) ..... 173
76. ÓMANSKA MUSHALTAT ..... 175
77. ÓMANSKA DÖÐLUKAKA ..... 178
78. ÓMANSKI QAMAR AL-DIN BÚÐINGURINN ..... 180
79. KARDIMOMMUR HRÍSGRJÓNABÚÐINGUR ..... 182
80. ÓMANSKA LUQAIMAT (SÆTUR DUMPLINGS) ..... 184
81. ÓMANSKAR RÓSAKÖKUR (QURABIYA) ..... 186

82. ÓMANSKA BANANA- OG DÖÐLUTERTA ...................................................................... 188
83. ÓMANSKUR SAFFRANÍS ............................................................................................ 190
84. ÓMANSKA RJÓMAKARAMELLU (MUHALLABIA) ........................................................ 192
**DRYKKIR ........................................................................................................................ 194**
   85. KASMÍR KAHWA ................................................................................................... 195
   86. ÓMANSKI SHERBAT .............................................................................................. 197
   87. OMAN MINT LEMONADE (LIMON W NANA) ......................................................... 199
   88. ÓMANSKA SAHLAB ............................................................................................... 201
   89. ÓMANSKUR TAMARINDSAFI (TAMAR HINDÍ) ........................................................ 203
   90. ÓMANÍSKT RÓSAVATNSLÍMONAÐI ....................................................................... 205
   91. ÓMANSKA JALLAB ................................................................................................ 207
   92. ÓMANSKA SAFFRANMJÓLK (HALEEB AL-ZA'FRAN) ................................................ 209
   93. ÓMANSKA BANANA DÖÐLUSMOOTHIE ................................................................ 211
   94. ÓMANSKA GRANATEPLI MOCKTAIL ...................................................................... 213
   95. ÓMANSKA SAFFRAN LÍMONAÐI ........................................................................... 215
   96. ÓMANSKUR KANILLDÖÐLUHRISTINGUR ............................................................... 217
   97. ÓMANSKUR KÓKOS KARDIMOMMUHRISTINGUR ................................................. 219
   98. OMAN MINTY GREEN TEA .................................................................................... 221
   99. ÓMANSKT APPELSÍNUBLÓMA ÍSTE ....................................................................... 223
   100. ÓMANSKA GRANATEPLI MYNTU KÆLIR .............................................................. 225
**NIÐURSTAÐA .................................................................................................................. 227**

# KYNNING

Farðu með okkur í merkilegt ferðalag um síður „Ríkur bragður af óman", matreiðsluferð sem hvetur þig til að kanna og njóta ekta smekk ómanskrar matargerðar. Þessi matreiðslubók er virðing fyrir ríkulegu bragðteppi Sultanate, lifandi mósaík sem fléttar saman fjölbreyttu matreiðsluhefðirnar sem hafa endurómað í gegnum aldirnar.

Lokaðu augunum og sjáðu fyrir þér iðandi souks, hjartslátt ómanskrar matreiðslumenningar. Sjáðu fyrir þér arómatíska kryddmarkaðina þar sem ilmur dansa um loftið, pirra skilningarvitin með loforðum um flóknar kryddblöndur sem hafa verið þykja vænt um í kynslóðir. Ímyndaðu þér fjölskyldueldhúsin, þar sem gullgerðarlist ómanskrar matreiðslu þróast - heilagt rými þar sem listmennska matarins er miðlað í gegnum tíðina, kynslóð fram af kynslóð.

Á síðum þessarar matreiðslubókar þjónar hver uppskrift sem lifandi vitnisburður um þær rótgrónu hefðir sem fylla hvern rétt með frásögn. Þetta er saga um arfleifð, heiður til samfélagsins og hátíð hinnar djúpu ást sem fer í að búa til hvern bragðmikinn bita. Bragðin af Óman eru meira en bragðgóð upplifun; þær eru könnun á menningarlegum auði, ferð inn í hjarta þjóðar sem sagt er frá matreiðslusköpun hennar.

Frá áberandi ilmi ómanskra krydda sem flytja þig til líflegra markaða, til listrænnar framsetningar hefðbundinna rétta sem segja sögur af samkomum og sameiginlegum máltíðum, þessi matreiðslubók fer yfir hið venjulega. Þetta er ekki bara samansafn af uppskriftum; þetta er yfirgripsmikil menningarkönnun, ferð inn í sál ómanskra eldhúsa. Hvort sem þú ert vanur kokkur sem vill stækka efnisskrána þína eða forvitinn nýliði sem vill kafa ofan í heim ómanskra bragðtegunda, láttu þessa bók vera leiðarvísir þinn.

Svo vertu með í þessum bragðmikla leiðangri - ferð sem heiðrar áreiðanleika, fjölbreytileika og óviðjafnanlega smekk ómanskrar matargerðar. Megi eldhúsið þitt verða striga fyrir ilm og bragði sem hafa prýtt heimili í Ómanum í kynslóðir. Saman skulum við fagna fegurð fjölbreytileika matreiðslu og megi ferð þín í gegnum "Ríkur bragður af óman" fyllast af hlýju ómanskrar gestrisni og gleðinni sem fylgir því að kanna hjarta og sál þessa óvenjulega matreiðsluarfleifðar. Velkomin í heim þar sem hver réttur er kafli í sögunni um ómanska bragði.

# Morgunmatur

# 1. Ómanskt brauð (Khubz Ragag)

## HRÁEFNI:
- 2 bollar hveiti
- 1 tsk salt
- Vatn

## LEIÐBEININGAR:
a) Blandið saman hveiti og salti í stórri skál og þeytið saman.
b) Bætið vatni smám saman út í hveitiblönduna og tryggið rækilega blöndun. Stilltu vatnsmagnið miðað við þá lokaáferð sem óskað er eftir:
c) Fyrir þunnt, crepe-eins brauð, bætið við bolla af vatni, haldið áfram þar til samkvæmið er þynnri en pönnukökudeig, þannig að hægt sé að hella því yfir pönnu.
d) Fyrir þykkara, pítulíkt brauð, bætið við um ½ bolla af vatni í upphafi og miðið að deigþykkt svipað og hefðbundið brauðdeig. Það gæti þurft viðbótarvatn, en bætið því við smám saman og hnoðið vandlega til að staðfesta þörfina.
e) Hitið stóra pönnu, helst kryddað steypujárn, yfir meðalháan hita.
f) Ef þú notar þynnra deigið skaltu hella því á pönnuna og hringja þannig að yfirborðið er þunnt. Athugið: Með þessari aðferð er aðeins hægt að baka eitt brauð í einu.
g) Ef þú notar þykkara deigið skaltu klípa það í litlar kúlur og fletja út með lófunum áður en þær eru settar á pönnuna. Með þessari aðferð er hægt að elda mörg brauð samtímis, allt eftir stærð þeirra.
h) Fyrir þynnri útgáfuna, eldið í um það bil eina mínútu. Þegar miðjan harðnar skaltu nota spaða til að snúa henni í 30 sekúndur í viðbót. Færið það yfir á disk og endurtakið ferlið með afganginum af deiginu.
i) Fyrir þykkari útgáfuna, eldið aðeins lengur en eina mínútu. Þegar brúnirnar byrja að harðna skaltu snúa við með spaða og elda í 30 sekúndur til 1 mínútu til viðbótar. Þegar því er lokið skaltu færa á disk og endurtaka með afganginum af deiginu.
j) Berið fram Oman brauðið heitt, annað hvort eitt og sér eða ásamt viðbótarréttum. Njóttu!

## 2.Ómanska Chebab (pönnukökur)

**HRÁEFNI:**
- 2 bollar hveiti
- 1/2 bolli semolina
- 1/2 bolli sykur
- 1/2 tsk ger
- 2 bollar heitt vatn
- Ghee til að elda

**LEIÐBEININGAR:**
a) Blandið saman hveiti, semolina, sykri, geri og volgu vatni í skál til að mynda deig. Látið hvíla í klukkutíma.
b) Hitið pönnu eða pönnu og smyrjið með ghee.
c) Hellið sleif af deigi á pönnu og eldið þar til loftbólur birtast á yfirborðinu.
d) Snúið pönnukökunni við og steikið hina hliðina þar til hún er gullinbrún.
e) Berið fram heitt með hunangi eða döðlusírópi.

# 3.Ómanska Shakshuka

## HRÁEFNI:
- 4 egg
- 1 laukur, smátt saxaður
- 2 tómatar, skornir í bita
- 2 hvítlauksgeirar, saxaðir
- 1 rauð paprika, söxuð
- 1 grænn chili, saxaður
- Ómansk kryddblanda
- Salt og pipar, eftir smekk
- Ferskt kóríander, saxað

## LEIÐBEININGAR:
a) Steikið lauk, hvítlauk, papriku og grænt chili á pönnu þar til það er mjúkt.
b) Bætið við hægelduðum tómötum og ómanskri kryddblöndu. Eldið þar til tómatarnir eru orðnir mjúkir.
c) Gerið holur í blöndunni og brjótið egg í þær.
d) Setjið lok á pönnuna og eldið þar til eggin eru tilbúin að vild.
e) Kryddið með salti, pipar og fersku kóríander áður en það er borið fram.

## 4.Omani Laban (jógúrt) með döðlum

**HRÁEFNI:**
- 2 bollar hrein jógúrt
- 1/2 bolli döðlur, holhreinsaðar og saxaðar
- 2 matskeiðar hunang
- Möndlur eða valhnetur, saxaðar (valfrjálst)
- Möluð kardimommur, fyrir bragðið

**LEIÐBEININGAR:**
a) Þeytið hreina jógúrt þar til hún er slétt.
b) Blandið söxuðum döðlum og hunangi saman við.
c) Skreytið með söxuðum hnetum og stráð af malaðri kardimommu.
d) Geymið í kæli í smá stund áður en það er borið fram til að fá frískandi bragð.

## 5.Oman brauð eggjakaka

**HRÁEFNI:**
- 4 ómanskt brauð (Rukhal)
- 4 egg
- 1/2 bolli hægeldaður laukur
- 1/2 bolli niðurskornir tómatar
- 1/4 bolli saxuð steinselja
- Salt og pipar, eftir smekk

**LEIÐBEININGAR:**
a) Þeytið eggin í skál og kryddið með salti og pipar.
b) Hitið pönnu og bætið niðursneiddum lauk og tómötum út í, steikið þar til mjúkt.
c) Hellið þeyttum eggjunum yfir grænmetið og látið malla þar til brúnirnar stífna.
d) Stráið saxaðri steinselju yfir og brettið eggjakökuna saman.
e) Berið eggjakökuna fram í ómanska brauðinu.

## 6.Ómanska Khabeesa

**HRÁEFNI:**
- 2 bollar semolina
- 1 bolli sykur
- 1/2 bolli ghee
- 1 bolli jógúrt
- 1 tsk möluð kardimommur
- 1/2 bolli rúsínur (valfrjálst)
- Vatn, eftir þörfum

**LEIÐBEININGAR:**
a) Blandið semolina, sykri, ghee, jógúrt og malaðri kardimommu í skál.
b) Bætið vatni smám saman við til að mynda þykkt deig.
c) Hitið pönnu og hellið litlum skömmtum af deiginu til að búa til pönnukökur.
d) Eldið þar til báðar hliðar eru gullinbrúnar.
e) Skreytið með rúsínum ef vill.
f) Berið fram heitt.

# 7.Jógúrt og döðlur Smoothie

**HRÁEFNI:**
- 1 bolli döðlur sem eru steinhreinsaðar
- 1 bolli jógúrt
- 1/2 bolli mjólk
- 1 matskeið hunang
- Ísmolar

**LEIÐBEININGAR:**
a) Blandaðu saman döðlum, jógúrt, mjólk og hunangi í blandara.
b) Blandið þar til slétt.
c) Bætið við ísmolum og blandið aftur þar til smoothie nær tilætluðum samkvæmni.
d) Hellið í glös og berið fram kælt.

# 8.Ómanska sardínur og kartöfluhass

**HRÁEFNI:**
- 2 dósir af sardínum í olíu, tæmdar
- 3 meðalstórar kartöflur, skrældar og skornar í teninga
- 1 laukur, smátt saxaður
- 2 tómatar, skornir í bita
- 2 hvítlauksgeirar, saxaðir
- 1 tsk malað kúmen
- 1 tsk malað kóríander
- Salt og pipar, eftir smekk
- Ólífuolía til eldunar
- Ferskt kóríander til skrauts

**LEIÐBEININGAR:**
a) Hitið ólífuolíu á pönnu og steikið saxaðan lauk og hvítlauk þar til það er mjúkt.
b) Bætið kartöflum saman við og eldið þar til þær byrja að brúnast.
c) Hrærið malað kúmeni, malað kóríander, salti og pipar saman við.
d) Bætið sneiðum tómötum út í og eldið þar til þeir brotna niður.
e) Brjótið sardínurnar varlega saman við og passið að brjóta þær ekki of mikið.
f) Eldið þar til kartöflurnar eru mjúkar og bragðið blandast saman.
g) Skreytið með fersku kóríander áður en það er borið fram.

# 9.Omani Full Medames

**HRÁEFNI:**
- 2 bollar soðnar fava baunir
- 1/4 bolli ólífuolía
- 1 laukur, smátt saxaður
- 2 hvítlauksgeirar, saxaðir
- 1 tómatur, skorinn í teninga
- 1 tsk malað kúmen
- 1 tsk malað kóríander
- Salt og pipar, eftir smekk
- Fersk steinselja til skrauts
- Harðsoðin egg til að bera fram (valfrjálst)
- Flatbrauð eða píta til framreiðslu

**LEIÐBEININGAR:**
a) Hitið ólífuolíu á pönnu og steikið saxaðan lauk og hvítlauk þar til það er mjúkt.
b) Bætið sneiðum tómötum út í og eldið þar til þeir brotna niður.
c) Hrærið malað kúmeni, malað kóríander, salti og pipar saman við.
d) Bætið soðnum fava baunum út í og eldið þar til þær eru orðnar í gegn.
e) Maukið smá af baununum til að búa til rjóma áferð.
f) Skreytið með ferskri steinselju.
g) Berið fram með harðsoðnum eggjum til hliðar ef vill og með flatbrauði eða pítu.

## 10.Ómanski ostur Paratha

**HRÁEFNI:**
- 2 bollar alhliða hveiti
- 1 bolli rifinn Omani ostur (eins og Majestic eða Akkawi)
- Vatn, eftir þörfum
- Ghee eða smjör, til steikingar

**LEIÐBEININGAR:**
a) Blandið saman hveiti og rifnum osti í skál.
b) Bætið vatni smám saman út í til að mynda mjúkt deig.
c) Skiptið deiginu í litlar kúlur og rúllið hverri í þunnan, flatan disk.
d) Eldið parathas á pönnu með ghee eða smjöri þar til báðar hliðar eru gullbrúnar.
e) Berið fram heitt.

## 11. Ómanska Maldouf Flatbrauð

**Hráefni:**
- 2 bollar heilhveiti
- Salt eftir smekk
- 1/4 bolli Ghee (skýrt smjör) fyrir grunnsteikingu
- Vatn Til að hnoða deig
- 8-14 1/2 bolli mjúkar döðlur
- 1 bolli sjóðandi vatn

**LEIÐBEININGAR:**
a) Leggið döðlurnar í bleyti í 1 bolla af sjóðandi vatni í 2-3 klukkustundir eða þar til þær eru mjúkar.
b) Maukið mjúku döðlurnar með síu eða fínu möskva. Þú gætir þurft blandara til að blanda, ef hann er ekki mjög mjúkur fyrir þig.
c) Blandið maukuðu döðlunum saman við salti, 1 msk ghee og hveiti og búið til mjúkt deig.
d) Látið deigið hvíla í að lágmarki 20 mínútur.
e) Skiptið deiginu í jafnar eða sítrónustærðar kúlur.
f) Rúllið hverri til að mynda flatbrauð/paratha/hringlaga disk/eða móta sem þú vilt vera 5-6 tommur að lengd.
g) Grunnsteikið hvert með því að nota ghee þar til það er eldað frá báðum hliðum. Þar sem döðlur eru í deiginu verður það eldað mjög hratt.

# SNILLINGAR OG FORréttir

## 12.Úrvals döðludiskur

## HRÁEFNI:
- 4-5 bollar holóttar Ómanskar döðlur eða hvaða afbrigði sem er
- 1/2 bolli ristuð sólblómafræ
- 1/2 bolli ristuð graskersfræ
- 1/2 bolli ristuð hvít sesamfræ
- 1/2 bolli ristuð svört sesamfræ
- 1/2 bolli ristaðar jarðhnetur

## LEIÐBEININGAR:
a) Þvoið og þurrkið allar döðlurnar. Gakktu úr skugga um að þau séu þurr og rakalaus.
b) Gerðu rauf í miðju hverrar döðlu og fjarlægðu fræin. Fleygðu fræunum.
c) Fylltu miðju hverrar döðlu með ristuðum sólblómafræjum, graskersfræjum, hvítum sesamfræjum, svörtum sesamfræjum og hnetum.
d) Raðaðu fylltu döðlunum á stórt fat, þannig að þær eru aðgengilegar og sjónrænt aðlaðandi.
e) Geymið ýmsar döðlur í loftþéttum umbúðum í kæli.

## 13.Ómanska villt

**HRÁEFNI:**
- 2 dósir af fava baunum, tæmdar og skolaðar
- 2 hvítlauksgeirar, saxaðir
- 1/4 bolli ólífuolía
- Safi úr 1 sítrónu
- Salt og pipar, eftir smekk
- Hakkað steinselja til skrauts
- Ómanskt brauð (Rukhal), til framreiðslu

**LEIÐBEININGAR:**
a) Á pönnu, steikið hakkaðan hvítlauk í ólífuolíu þar til hann er ilmandi.
b) Bætið fava baunum út í og eldið þar til þær eru orðnar í gegn.
c) Maukið baunirnar örlítið með gaffli.
d) Kryddið með sítrónusafa, salti og pipar.
e) Skreytið með saxaðri steinselju.
f) Berið fram með Oman brauði.

## 14. Samosa

**HRÁEFNI:**

Fyrir Samosa deig:
- 2 bollar alhliða hveiti (maida) (260 grömm)
- 1 tsk ajwain (carom fræ)
- 1/4 tsk salt
- 4 matskeiðar + 1 teskeið olía (60 ml + 5 ml)
- Vatn til að hnoða deigið (um 6 matskeiðar)

Fyrir Samosa fyllingu:
- 3-4 miðlungs kartöflur (500-550 grömm)
- 2 matskeiðar olía
- 1 tsk kúmenfræ
- 1 tsk fennel fræ
- 2 tsk mulin kóríanderfræ
- 1 tsk smátt saxað engifer
- 1 grænn chili, saxaður
- 1/4 tsk hing (asafoetida)
- 1/2 bolli + 2 matskeiðar grænar baunir (bleyti í volgu vatni ef notaðar eru frosnar)
- 1 tsk kóríanderduft
- 1/2 tsk garam masala
- 1/2 tsk amchur (þurrkað mangó duft)
- 1/4 tsk rautt chili duft (eða eftir smekk)
- 3/4 tsk salt (eða eftir smekk)
- Olía til djúpsteikingar

## LEIÐBEININGAR:
Búðu til Samosa deig:
a) Í stórri skál skaltu sameina alhliða hveiti, ajwain og salt.
b) Bætið olíu út í og nuddið hveitið með olíu þar til það líkist mola. Þetta ætti að taka 3-4 mínútur.
c) Bætið vatni smám saman út í, hnoðið til að mynda stíft deig. Ekki ofvinna deigið; það ætti bara að koma saman.
d) Hyljið deigið með rökum klút og látið standa í 40 mínútur.

Gerðu kartöflufyllingu:
e) Sjóðið kartöflur þar til þær eru tilbúnar (8-9 flaut ef notaður er hraðsuðukatli eða 12 mínútur við háþrýsting í instant potti).
f) Flysjið og stappið kartöflurnar.
g) Hitið olíu á pönnu og bætið við kúmenfræjum, fennelfræjum og muldum kóríanderfræjum. Steikið þar til arómatískt.
h) Bætið við söxuðum engifer, grænu chili, hing, soðnum og kartöflumús og grænum ertum. Blandið vel saman.
i) Bætið við kóríanderdufti, garam masala, amchur, rauðu chilidufti og salti. Blandið þar til það hefur blandast vel saman. Takið af hitanum og látið fyllinguna kólna.

Mótaðu og steiktu Samosa:
j) Eftir að deigið hefur hvílt, skiptið því í 7 jafna hluta.
k) Rúllaðu hverjum hluta í hring með 6-7 tommu þvermál og skerðu hann í tvo hluta.
l) Taktu einn hluta, settu vatn á beinu brúnina og myndaðu keilu. Fylltu með 1-2 matskeiðum af kartöflufyllingu.
m) Lokaðu samósanum með því að klípa í brúnirnar. Endurtaktu fyrir deigið sem eftir er.
n) Hitið olíu á lágum hita. Steikið samósurnar á lágum hita þar til þær eru stífar og ljósbrúnar (10-12 mínútur). Hækkið hitann í miðlungs og steikið þar til þær eru gullinbrúnar.
o) Steikið 4-5 samósa í einu og hver lota tekur um 20 mínútur við lágan hita.

## 15.Ómanska Khubz (Flatbrauð) franskar

## HRÁEFNI:

- 4 ómanskar flatkökur (Khubz)
- 2 matskeiðar ólífuolía
- 1 tsk malað kúmen
- 1 tsk paprika
- Salt eftir smekk

## LEIÐBEININGAR:

a) Hitið ofninn í 350°F (180°C).
b) Penslið flatkökur með ólífuolíu og stráið kúmeni, papriku og salti yfir.
c) Skerið flatkökur í þríhyrninga eða strimla.
d) Bakið í ofni í 10-12 mínútur eða þar til stökkt.
e) Kælið áður en það er borið fram.

## 16.Ómanskar döðlur með möndlum

**HRÁEFNI:**
- Ferskar döðlur
- Möndlur, heilar eða helmingar

**LEIÐBEININGAR:**
a) Hellið döðlunum með því að skera lítinn skurð og fjarlægja fræið.
b) Setjið heila möndlu eða hálfa í holrúmið sem fræið skilur eftir sig.

## 17.Ómansk fyllt vínviðarlauf (Warak Enab)

**HRÁEFNI:**
- Vínberjalauf, krukkuð eða fersk
- 1 bolli hrísgrjón, þvegin
- 1/2 bolli hakk (nautakjöt eða lambakjöt)
- 1/4 bolli furuhnetur
- 1/4 bolli söxuð fersk steinselja
- Safi úr 1 sítrónu
- Salt og pipar, eftir smekk
- Ólífuolía

**LEIÐBEININGAR:**
a) Ef þú notar fersk vínberjalauf, blanchaðu þau í sjóðandi vatni í nokkrar mínútur.
b) Blandið saman hrísgrjónum, hakki, furuhnetum, steinselju, sítrónusafa, salti og pipar í skál.
c) Setjið skeið af blöndunni í miðju hvers vínberjablaðs og brjótið saman í lítinn pakka.
d) Raðið fylltu vínberjalaufunum í pott, dreypið ólífuolíu yfir og bætið við nægu vatni til að hylja þau.
e) Látið malla þar til hrísgrjónin eru soðin og blöðin mjúk.
f) Berið fram heitt.

## 18.Ómanska Lahm Bi Ajeen (Kjötbökur)

**HRÁEFNI:**
- 2 bollar hakk (nautakjöt eða lambakjöt)
- 1 stór laukur, smátt saxaður
- 2 tómatar, skornir í bita
- 1/4 bolli söxuð fersk steinselja
- 1 tsk malað kúmen
- 1 tsk malað kóríander
- Salt og pipar, eftir smekk
- Pizzadeig eða tilbúnar sætabrauðsplötur

**LEIÐBEININGAR:**
a) Steikið laukinn á pönnu þar til hann er hálfgagnsær.
b) Bætið við hakkinu og eldið þar til það er brúnt.
c) Hrærið sneiðum tómötum, saxaðri steinselju, möluðu kúmeni, möluðu kóríander, salti og pipar saman við.
d) Fletjið út pizzadeigið eða sætabrauðsplöturnar og skerið í hringi.
e) Setjið skeið af kjötblöndunni á hvern hring, brjótið í tvennt og þéttið brúnirnar.
f) Bakið þar til gullið er brúnt.
g) Berið fram heitt.

# 19.Ómanska Falafel

## HRÁEFNI:

- 2 bollar liggja í bleyti og tæmdar kjúklingabaunir
- 1 lítill laukur, saxaður
- 3 hvítlauksgeirar, saxaðir
- 1/4 bolli fersk steinselja, söxuð
- 1 tsk malað kúmen
- 1 tsk malað kóríander
- Salt og pipar, eftir smekk
- Olía til steikingar

## LEIÐBEININGAR:

a) Blandið saman kjúklingabaunum, lauk, hvítlauk, steinselju, kúmeni, kóríander, salti og pipar í matvinnsluvél þar til gróf blanda myndast.
b) Mótaðu blönduna í litlar kúlur eða kex.
c) Hitið olíu á pönnu og steikið þar til þær eru gullinbrúnar á báðum hliðum.
d) Tæmið á pappírshandklæði.
e) Berið fram heitt með tahinisósu eða jógúrt.

## 20.Ómanska spínatfitu

## HRÁEFNI:

- 2 bollar saxað spínat
- 1 lítill laukur, smátt saxaður
- 1/4 bolli furuhnetur
- 1 matskeið ólífuolía
- 1 tsk malað súmak
- Salt og pipar, eftir smekk
- Pizzadeig eða tilbúnar sætabrauðsplötur

## LEIÐBEININGAR:

a) Steikið laukinn í ólífuolíu þar til hann verður gegnsær.
b) Bætið söxuðu spínati út í og eldið þar til það er visnað.
c) Hrærið furuhnetum, möluðu sumak, salti og pipar saman við.
d) Fletjið út pizzadeigið eða sætabrauðsplöturnar og skerið í hringi.
e) Setjið skeið af spínatblöndunni á hvern hring, brjótið í tvennt og þéttið brúnirnar.
f) Bakið þar til gullið er brúnt.
g) Berið fram heitt.

## 21.Ómanískt grillað Halloumi

**HRÁEFNI:**
- 1 blokk halloumi ostur, skorinn í sneiðar
- 2 matskeiðar ólífuolía
- 1 tsk þurrkað oregano
- Safi úr 1 sítrónu

**LEIÐBEININGAR:**
a) Hitið grill eða grillpönnu.
b) Penslið halloumi sneiðar með ólífuolíu.
c) Grillið halloumi þar til það er gullbrúnt á báðum hliðum.
d) Stráið þurrkuðu oregano yfir og dreypið sítrónusafa yfir.
e) Berið fram heitt sem fingramat eða forrétt.

# AÐALRÉTTUR

## 22.Ómanska hafrasúpa (Shorba)

**HRÁEFNI:**
- 1 bolli rúllaðir hafrar
- 1/2 bolli niðurskorið grænmeti (gulrætur, baunir, baunir)
- 1/4 bolli saxaður laukur
- 2 hvítlauksgeirar, saxaðir
- 1 tsk malað kúmen
- 4 bollar kjúklinga- eða grænmetissoð
- Salt og pipar, eftir smekk

**LEIÐBEININGAR:**
a) Steikið lauk og hvítlauk í potti þar til það er mjúkt.
b) Bætið niðurskornu grænmeti út í og eldið í nokkrar mínútur.
c) Hrærið höfrum og möluðu kúmeni saman við.
d) Hellið soðinu út í og látið suðuna koma upp.
e) Látið malla þar til hafrarnir eru soðnir og súpan þykknar.
f) Kryddið með salti og pipar.
g) Berið fram heitt.

## 23.Qabuli (afganskur hrísgrjónapílaf)

**HRÁEFNI:**
- 2 bollar basmati hrísgrjón
- 1 pund lamb eða kjúklingur, í teningum
- 1 stór laukur, smátt saxaður
- 1/2 bolli jurtaolía
- 1/2 bolli rúsínur
- 1/2 bolli sneiddar möndlur
- 1/2 bolli rifnar gulrætur
- 1/2 tsk möluð kardimommur
- 1/2 tsk malaður kanill
- 1/2 tsk malað kúmen
- Salt og pipar eftir smekk
- 4 bollar kjúklingasoð eða vatn

**LEIÐBEININGAR:**

a) Skolið basmati hrísgrjónin undir köldu vatni þar til vatnið rennur út. Leggðu hrísgrjónin í bleyti í vatni í 30 mínútur og tæmdu síðan.

b) Hitið jurtaolíuna í stórum potti yfir meðalhita. Bætið söxuðum lauknum út í og eldið þar til hann er gullinbrúnn.

c) Bætið lambakjötinu eða kjúklingnum í teninga í pottinn og brúnið á öllum hliðum. Kryddið með salti, pipar, möluðum kardimommum, möluðum kanil og möluðu kúmeni.

d) Hrærið rifnum gulrótum, rúsínum og sneiðum möndlum saman við. Eldið í 5 mínútur til viðbótar, leyfið bragðinu að blandast saman.

e) Bætið basmati hrísgrjónunum í bleyti og tæmdu í pottinn og hrærið varlega saman við kjötið og grænmetið.

f) Hellið kjúklingasoðinu eða vatni út í. Látið suðuna koma upp í blönduna og lækkið síðan hitann í lágan. Lokið pottinum með þéttu loki og látið malla í 20-25 mínútur, eða þar til hrísgrjónin eru mjúk og vökvinn dreginn í sig.

g) Þegar Qabuli er soðið skaltu úða hrísgrjónunum með gaffli til að skilja kornin að.

h) Berið fram Qabuli heitan, skreytt með viðbótar rifnum möndlum og rúsínum ef vill. Það passar vel með jógúrt eða hliðarsalati. Njóttu bragðgóður afganska hrísgrjónapílafsins þíns!

## 24.Ómanska hefðbundin Mashuai

**Hráefni:**
- 4 Kóngur
- 1 msk ólífuolía
- 2 msk hvítlauksmauk
- 1 tsk engifermauk
- 1 tsk malað kúmen
- 1 safi af sítrónu
- 1/2 tsk malað túrmerik
- 1/2 tsk möluð kardimonu
- 1/2 tsk malaður svartur pipar
- 1/4 tsk malaður múskat

**LEIÐBEININGAR:**
a) Hreinsið fiskinn og skorið á báðum hliðum.
b) Blandið öllu hráefninu saman í skál og berið á fiskinn.
c) Látið fiskinn marinerast í að minnsta kosti 3 klst.
d) Sett á bökunarform og bakað í 200 gráðu heitum ofni í 20 mín. Eða þú getur kolagrillað.
e) Berið fram með ómanískum sítrónuhrísgrjónum.

## 25.Mandi hrísgrjón með kjúklingi

**HRÁEFNI:**
- 2 bollar basmati hrísgrjón
- 500 g kjúklingur, skorinn í bita
- Ómanska kryddblanda (blanda af kanil, kardimommum, negul og svörtum lime)
- 1 stór laukur, sneiddur
- 1/4 bolli ghee
- Salt, eftir smekk
- Möndlur og rúsínur til skrauts

**LEIÐBEININGAR:**
a) Nuddaðu kjúklinginn með Omani kryddblöndunni og láttu hann marinerast í að minnsta kosti 30 mínútur.
b) Í stórum potti, steikið sneið lauk í ghee þar til hann er gullinbrúnn.
c) Bætið marineruðum kjúklingnum í pottinn og eldið þar til hann er brúnaður.
d) Hrærið hrísgrjónum, ómanskri kryddblöndu og salti saman við. Eldið í nokkrar mínútur.
e) Bætið við vatni samkvæmt leiðbeiningum um hrísgrjónapakka og eldið þar til hrísgrjónin eru tilbúin.
f) Skreytið með ristuðum möndlum og rúsínum áður en borið er fram.

## 26.Majboos (ómönsk krydduð hrísgrjón með kjúklingi)

**HRÁEFNI:**

- 2 bollar basmati hrísgrjón
- 500 g kjúklingur, skorinn í bita
- 2 laukar, smátt saxaðir
- 3 tómatar, saxaðir
- 4 hvítlauksgeirar, saxaðir
- 1/4 bolli jurtaolía
- 2 matskeiðar ómanísk kryddblanda (blanda af kúmeni, kóríander, kanil, negul, kardimommum)
- Salt og pipar, eftir smekk
- 4 bollar kjúklingasoð

**LEIÐBEININGAR:**

a) Í stórum potti, steikið lauk og hvítlauk í jurtaolíu þar til hann er gullinbrúnn.
b) Bætið kjúklingabitum saman við og brúnið á öllum hliðum.
c) Hrærið ómanska kryddblöndu, salti og pipar saman við.
d) Bætið söxuðum tómötum út í og eldið þar til þeir mýkjast.
e) Hellið kjúklingasoðinu út í og látið suðuna koma upp.
f) Hrærið hrísgrjónum út í, lækkið hitann, setjið lok á og látið malla þar til hrísgrjónin eru soðin.
g) Berið fram heitt.

## 27.kjúklingaharar með einum potti

**HRÁEFNI:**
- 2 bollar af hérum (hveitikorn)
- 1 kg (2 lbs) af kjúklingi, úrbeinað
- 2 kanilstangir
- 1 tsk af svörtum pipardufti
- Salt eftir smekk
- Bráðið smjör eða ólífuolía

**LEIÐBEININGAR:**
a) Byrjaðu á því að leggja hveitikornin í bleyti yfir nótt, leyfðu þeim að draga í sig vatn og mýkjast.
b) Í stórum potti skaltu sameina hveiti í bleyti, úrbeinaðan kjúkling, kanilstangir, svartan pipardufti, salt og nóg vatn til að hylja innihaldsefnin. Látið suðuna koma upp í blöndunni.
c) Leyfið blöndunni að elda þar til hérarnir ná vatnskenndri þéttleika. Mikilvægt er að hræra í botninum á nokkurra mínútna fresti til að koma í veg fyrir bruna. Þetta ferli tekur nokkurn tíma til að tryggja rétta eldun.
d) Þegar það er eldað skaltu nota handblöndunartæki til að blanda innihaldinu. Markmiðið er að ná áferðarsamkvæmni, ekki fínu deigi. Látið það vera örlítið kornótt fyrir aukna áferð.
e) Berið Harees fram heita og dreypið bræddu smjöri eða ólífuolíu ofan á til að auka ríkuleika og bragð.

# 28.Ómanskar fiskharar

**HRÁEFNI:**
- 1 bolli hveiti, lagt í bleyti yfir nótt
- 1 kg fiskflök (snapper eða kóngur)
- 2 stórir laukar, smátt saxaðir
- 4 hvítlauksgeirar, saxaðir
- 1/4 bolli ghee
- 1 tsk malað túrmerik
- Salt og pipar, eftir smekk
- Vatn

**LEIÐBEININGAR:**
a) Tæmið hveitið í bleyti og malið það í gróft deig.
b) Steikið lauk og hvítlauk í potti þar til hann er gullinbrúnn.
c) Bætið fiskflökum saman við og brúnið á báðum hliðum.
d) Hrærið malað túrmerik, salti og pipar saman við.
e) Hellið nægu vatni út í til að hylja blönduna.
f) Bætið hveitimaukinu út í og sjóðið við vægan hita þar til fiskurinn og hveitið eru mjúkir.
g) Berið fram heitt.

## 29.Kjúklingashawarma

**HRÁEFNI:**
Kjúklingur:
- 1 kg / 2 lb kjúklingalæri flök, roðlaus og beinlaus (athugasemd 3)

Marinade:
- 1 stór hvítlauksgeiri, saxaður (eða 2 lítil negul)
- 1 msk malað kóríander
- 1 msk malað kúmen
- 1 msk maluð kardimommur
- 1 tsk malaður cayenne pipar (minnkið niður í 1/2 tsk til að gera hann minna kryddaður)
- 2 tsk reykt paprika
- 2 tsk salt
- Svartur pipar
- 2 msk sítrónusafi
- 3 msk ólífuolía

Jógúrtsósa:
- 1 bolli grísk jógúrt
- 1 hvítlauksgeiri, pressaður
- 1 tsk kúmen
- Kreista af sítrónusafa
- Salt og pipar

Að þjóna:
- 4 – 5 flatbrauð (líbönsk eða pítubrauð eða heimabakað mjúk flatbrauð)
- Salat í sneiðum (cos eða ísjaki)
- Tómatsneiðar
- Rauðlaukur, fínt skorinn
- Ostur, rifinn (valfrjálst)
- Heit sósa að eigin vali (valfrjálst)

**LEIÐBEININGAR:**

Marinade kjúklingur:

a) Blandið hráefninu í marineringuna saman í stórum ziplock poka. Bætið kjúklingnum út í, innsiglið og nuddið síðan utan frá með höndunum til að tryggja að hver hluti sé húðaður.

b) Marinerið í að lágmarki 3 klst, helst 24 klst.

Jógúrtsósa:

c) Blandið jógúrtsósunni saman í skál og blandið saman. Lokið og kælið þar til þörf er á (það endist í 3 daga í kæli).

d) Hitið stóra non-stick pönnu með 1 matskeið af olíu við meðalháan hita eða penslið BBQ hellu/grill létt með olíu og hitið í meðalháan hita. (Sjá athugasemdir um bakstur)

Elda kjúkling:

e) Setjið marineraða kjúklinginn í pönnu eða á grillið og eldið fyrstu hliðina í 4 til 5 mínútur þar til hann er fallega kulnaður. Snúðu og eldaðu hina hliðina í 3 til 4 mínútur (seinni hliðin tekur styttri tíma).

f) Takið kjúklinginn af grillinu og hyljið lauslega með filmu. Setjið til hliðar til að hvíla í 5 mínútur.

g) Skerið kjúklinginn í sneiðar og hrúgið honum á fat ásamt flatkökum, salati og jógúrtsósunni (eða mjólkurlausri Tahini sósu úr þessari uppskrift).

h) Til að búa til umbúðir skaltu taka flatbrauðsstykki, smyrja það með jógúrtsósu, toppa með smá salati, tómötum og kjúklingashawarma. Rúllaðu upp og njóttu!

## 30.Ómanska Shuwa

**HRÁEFNI:**
- 2 lambalæringar (u.þ.b. 0,7 lbs hver, helst Nýja-Sjálandsskankar)
- 2 tsk hvítlaukur, pressaður
- 1 tsk engifer hvítlauksmauk
- ¾ tsk Svartur piparduft
- ¾ tsk kúmenduft
- 1 tsk kóríanderfræ, í duftformi eða 1 ¼ tsk kóríanderduft
- 10 negull eða um það bil ¼ tsk negulduft
- 1 ½ tsk Chili duft
- 2 matskeiðar edik (ráðlagt er með rauðvínsedik)
- 1 lime, safi
- 2 – 2 ½ tsk salt (stilla eftir smekk, ca 2 tsk notaðar)
- 2½ - 3 matskeiðar Olía
- Bananalauf (má nota frosin lauf)

**LEIÐBEININGAR:**
Undirbúið lambið:
a) Þvoið lambalæri og gerið stór og djúp rif. Þetta skiptir sköpum fyrir bragðmikið og kryddað kjöt.

Gerðu kryddpasta:
b) Blandið öllu hráefninu nema lambakjöti saman til að mynda deig.

Marinerið lambið:
c) Nuddið kryddmaukinu ofan á lambið og passið að fá kryddin í skurðina. Notaðu fingurna til að nudda kjötið vel.
d) Setjið bananablað í eldfast mót, setjið lambið á blaðið og hellið yfir það sem eftir er af kryddblöndunni.
e) Brjótið bananablaðið yfir lambið til að hylja það alveg, búið til pakka. Lokið bökunarforminu og látið marinerast í kæli yfir nótt eða í 24 – 48 klukkustundir.
f) Taktu marineraða lambið úr ísskápnum og láttu það liggja á borðplötunni í 30 – 60 mínútur áður en það er eldað til að ná stofuhita (valfrjálst).

Elda:
g) Forhitið ofninn í 250°F og setjið bökunarformið inni. Munið að taka lokið/lokið af bökunarforminu.
h) Bakið lambið, vafinn inn í bananablaða, í 3 klukkustundir eða þar til kjötið er meyrt. Snúið kjötinu við á 1 – 1 ½ klst fresti.
i) Það fer eftir stærð og þykkt kjötsins, það gæti þurft lengri eldunartíma.
j) Breyttu ofnhitanum í 350°F, opnaðu bananahlífina og eldaðu í 20 mínútur í viðbót þar til kjötið er dökkbrúnt.
k) Eftir 3 klukkustundir mun bananahúðurinn þorna og byrja að falla í sundur. Þú getur skilið blaðið eftir í fatinu sjálfu og opnað/fjarlægt blaðið af toppnum áður en það er steikt við 350°F.
l) Takið úr ofninum og látið kjötið hvíla í að minnsta kosti 10 mínútur áður en það er borið fram.
m) Berið fram Omani Shuwa með bragðbættum hrísgrjónum eða meðlæti sem þú vilt.

# 31. Ómanski Mishkak

## HRÁEFNI:

- 1 kg nautasteik, í teningum
- 3 msk ferskt engifer, rifið
- 5 hvítlauksrif
- ½ papaya ávöxtur, saxaður
- 1 ½ msk salt
- 3 fræhreinsaðir rauðir chili eða 1 msk chilli duft
- 1 msk túrmerik
- 4 msk edik (hver tegund er í lagi)
- 4 msk tamarindmauk (nauðsynlegt)
- 1 msk kúmenduft
- 1 msk svartur pipar
- 2 msk olía (hvaða sem er)

## LEIÐBEININGAR:

a) Skerið nautakjötið í litla teninga, passið að þeir séu hentugir til að stinga en ekki of smáir eða stórir.
b) Blandið öllu hráefninu nema nautakjöti saman í matvinnsluvél til að búa til deig. Byrjaðu með stærra hráefni eins og papaya bita og farðu í duft til að blanda saman sem best.
c) Blandið marineringunni vel saman við nautakjötsteningana og tryggið að þeir séu jafnhúðaðir. Látið nautakjötið marinerast, helst yfir nótt, til að kjötið mjúki og taki í sig bragðið.
d) Skerið marineruðu nautakjötsteningana.
e) Steikið teinarnir yfir heitu kolagrilli eða undir ofni þar til þeir eru aðeins kulnaðir og mjúkir.
f) Hægt er að pensla smá olíu á meðan á eldun stendur til að koma í veg fyrir að kjötið þorni.
g) Snúðu spjótunum reglulega til að tryggja jafna eldun. Gættu þess að ofelda ekki, því það getur valdið þurru og hertu kjöti.
h) Þegar búið er að elda, berið Mishkak fram heitan og njótið bragðmikilla, mjúkra nautaspjótanna.

## 32.Kjúklingur Kabsa

**HRÁEFNI:**

Kabsa kryddblanda:
- 1/4 tsk maluð kardimommur
- 1/4 tsk malaður hvítur pipar
- 1/4 tsk saffran
- 1/2 tsk malaður kanill
- 1/2 tsk malað pipar
- 1/2 tsk þurrkað heilt limeduft

Kjúklingur Kabsa:
- 2 msk olía eða smjör
- 3 laukar, sneiddir
- 1 msk hakkað engifer (engifermauk)
- 1 msk hakkað hvítlaukur (hvítlauksmauk)
- 1 grænn chili
- 2 þurrkuð lárviðarlauf
- 6 negull
- 4 kardimommubelgir
- 1 kanilstöng
- 2 msk tómatmauk (tómatmauk)
- 1 klípa malaður múskat
- 1/2 tsk malaður svartur pipar
- 1/4 tsk malað kúmen
- 1/2 tsk malað kóríander
- 3 meðalstórar gulrætur, þunnar sneiðar
- 200 g niðursoðnir niðursoðnir tómatar (eða 3 tómatar saxaðir)
- 2 kjúklingakraftur
- 1 1/2 kg heill kjúklingur, skorinn í 6 bita
- 3 bollar basmati hrísgrjón, skoluð
- 1/4 bolli rúsínur
- Vatn
- Salt eftir smekk
- Rúsínur, til að skreyta (valfrjálst)
- Möndlur, til að skreyta (valfrjálst)

**LEIÐBEININGAR:**
Undirbúið Kabsa kryddblöndu:
a) Blandið saman kardimommum, hvítum pipar, saffran, kanil, kryddjurtum og limedufti í skál. Setja til hliðar.
b) Hitið olíu á stórri þykkbotna pönnu við meðalháan hita. Bætið við lauk, engifer, hvítlauk og grænu chili. Steikið þar til laukurinn verður gullinbrúnn.
c) Bætið við lárviðarlaufum, negul, kardimommubækjum og kanilstöng. Steikið í eina mínútu.
d) Hrærið tómatpúrru saman við. Bætið við múskati, svörtum pipar, kúmeni, kóríander og tilbúnu Kabsa kryddblöndunni. Kryddið með salti. Steikið kryddin í eina mínútu.
e) Bætið við gulrótum og sneiðum tómötum. Hrærið og eldið í 2 mínútur.

Brúnn kjúklingur:
f) Bætið við kjúklingabita og kjúklingabitum. Brúnið kjúklinginn, snúið öðru hverju, í um 30 mínútur.
g) Takið kjúklingabitana af pönnunni og setjið til hliðar.

Elda hrísgrjón:
h) Bætið hrísgrjónum og rúsínum á pönnuna. Hellið 4 bollum af vatni út í. Kryddið með salti. Látið suðuna koma upp.
i) Lækkið hitann, hyljið með loki og látið malla í 10-15 mínútur.

Grillkjúklingur:
j) Forhitið grillið. Grillið kjúklinginn í 10-15 mínútur eða þar til hann er fulleldaður.
k) Berið hrísgrjónin fram með grilluðum kjúklingi.
l) Valfrjálst: Skreytið með rúsínum og möndlum.

## 33.Ómanska Arsia

## HRÁEFNI:
**FYRIR Kjúklinginn:**
- 1 kg kjúklingur, skorinn í bita
- 1 bolli Basmati hrísgrjón, þvegin og lögð í bleyti
- 2 matskeiðar Ghee
- 1 Laukur, smátt saxaður
- 2 tómatar, saxaðir
- 2 grænir chili, saxaðir
- 1 matskeið hvítlauksmauk
- 1 matskeið Ginger Paste
- 1/2 tsk túrmerikduft
- 1/2 tsk Red Chili Powder
- 1/2 tsk Garam Masala
- Salt eftir smekk
- 2 bollar kjúklingasoð

**FYRIR hrísgrjónin:**
- 1 bolli Basmati hrísgrjón, þvegin og lögð í bleyti
- 1 matskeið Ghee
- 2 bollar Vatn
- Salt eftir smekk

**LEIÐBEININGAR:**
**UNDIRBÚÐU KJÚKLINGINN:**
a) Í stórum potti, hitið ghee yfir miðlungshita. Bætið söxuðum lauk út í og steikið þar til hann er gullinbrúnn.
b) Bætið hvítlauksmauki og engifermauki við laukinn. Látið malla í eina mínútu þar til hrá lyktin hverfur.
c) Bætið kjúklingabitunum í pottinn og eldið þar til þeir eru brúnir á öllum hliðum.
d) Bætið við söxuðum tómötum, grænum chili, túrmerikdufti, rauðu chilidufti, garam masala og salti. Blandið vel saman.
e) Hellið kjúklingasoðinu út í og látið suðuna koma upp. Lækkið hitann, setjið lok á pottinn og látið malla þar til kjúklingurinn er eldaður í gegn.

**ÚRbúið hrísgrjónin:**
f) Hitið ghee yfir miðlungshita í sérstökum potti. Bætið basmati hrísgrjónum í bleyti og steikið í nokkrar mínútur.
g) Hellið vatni út í og bætið salti við. Látið suðuna koma upp, lækkið hitann, setjið lok á pottinn og látið malla þar til hrísgrjónin eru soðin og vökvinn frásogast.

**SAMLAÐU ARSÍA:**
h) Raðið soðnum kjúklingi ásamt soðinu í framreiðslu fat.
i) Toppið kjúklinginn með soðnu basmati hrísgrjónunum.
j) Berið fram Omani Chicken Arsia heitan, sem gerir matargestum kleift að njóta bragðmikillar blöndu af krydduðum hrísgrjónum og mjúkum kjúklingi.

## 34.Ómanskur kjúklingur Biryani

**HRÁEFNI:**

Fyrir marinering:
- 1 kg Kjúklingabitar
- 1 msk engifer hvítlauksmauk
- 1 tsk heilt kryddduft
- 1 tsk túrmerikduft
- 1 msk Red Chili Powder
- Salt eftir smekk
- 1 sítróna, safi

Fyrir Biryani:
- 1 kg Basmati hrísgrjón, lögð í bleyti í 1 klst
- 2 laukar, saxaðir
- 2 tómatar, saxaðir
- 2 matskeiðar engifer hvítlauksmauk
- Saffranþræðir liggja í bleyti í heitri mjólk með appelsínugulum matarlit
- 100 grömm Pure Ghee
- 10 græn chili, rif
- 1 gullbrúnn laukur (til skrauts)
- 1 tsk kúmenduft
- 1 tsk kanillduft
- 1 tsk Svartur piparduft
- Fersk kóríanderlauf, saxuð
- 1 bolli ristaðar kasjúhnetur og möndlur

**LEIÐBEININGAR:**

Marineraðu kjúklinginn:

a) Í skál skaltu sameina kjúklingabita með engiferhvítlauksmauki, heilu kryddufti, túrmerikdufti, rauðu chilidufti, salti og sítrónusafa. Marinerið í að minnsta kosti 30 mínútur.
b) Hitið olíu á pönnu og steikið marineraða kjúklinginn þar til hann er orðinn mjúkur. Setja til hliðar.

Undirbúa Biryani:

c) Hitið olíu í stórum potti. Bætið söxuðum lauk út í og steikið þar til hann er gullinbrúnn.
d) Bætið engiferhvítlauksmauki út í og rifið grænt chili. Steikið þar til hrá lyktin hverfur.
e) Bætið niður söxuðum tómötum og salti. Steikið þar til tómatarnir eru orðnir mjúkir.
f) Bætið við kúmendufti, kanilldufti og svörtum pipardufti. Blandið vel saman.

**LAGIÐ BIRYANI:**

g) Leggðu helminginn af að hluta soðnum hrísgrjónum í pottinn.
h) Bætið við ristuðum þurrum ávöxtum, söxuðum kóríanderlaufum, gullbrúnum laukum og ristuðu kjúklingabitunum.
i) Endurtaktu lagninguna með hrísgrjónunum sem eftir eru og toppaðu með saffranmjólk og desi ghee.
j) Lokið pottinum og eldið á meðalhita þar til hrísgrjónin eru fullelduð.
k) Skreytið Omani Chicken Biryani með fleiri söxuðum kóríanderlaufum og ristuðum kasjúhnetum og möndlum.
l) Berið fram ekta Oman biryani og njótið ríkulegs og bragðmikils réttarins!

## 35.Ómanskt fiskakarrí (Salonat Samak)

## HRÁEFNI:
- 1 kg fiskflök (snapper eða kóngur)
- 2 stórir tómatar, saxaðir
- 1 stór laukur, smátt saxaður
- 4 hvítlauksgeirar, saxaðir
- 1/4 bolli tamarindmauk
- 2 matskeiðar Oman karrýduft
- 1 bolli kókosmjólk
- Grænmetisolía
- Salt og pipar, eftir smekk

## LEIÐBEININGAR:
a) Á pönnu, steikið lauk og hvítlauk í jurtaolíu þar til það er mjúkt.
b) Bætið söxuðum tómötum út í og eldið þar til þeir brotna niður.
c) Hrærið Oman karrýdufti út í og eldið í nokkrar mínútur.
d) Bætið tamarindmauki og kókosmjólk út í og látið suðuna koma upp.
e) Kryddið fiskflökin með salti og pipar og bætið þeim síðan út í karrýið sem er að malla.
f) Eldið þar til fiskurinn er tilbúinn og karrýið hefur þyknað.
g) Berið fram heitt með hrísgrjónum.

## 36.Ómanska Lamb Kabsa

## HRÁEFNI:

- 2 bollar basmati hrísgrjón
- 1 kg lambakjöt, skorið í bita
- 2 stórir laukar, smátt saxaðir
- 3 tómatar, saxaðir
- 1/2 bolli tómatmauk
- 4 hvítlauksgeirar, saxaðir
- 2 tsk malað kóríander
- 2 tsk malað kúmen
- 1 tsk malaður kanill
- 1 tsk möluð kardimommur
- 4 bollar kjúklinga- eða lambakjötssoð
- Grænmetisolía
- Salt og pipar, eftir smekk

## LEIÐBEININGAR:

a) Í stórum potti, steikið laukinn í jurtaolíu þar til hann er gullinbrúnn.
b) Bætið lambakjötunum saman við og brúnið á öllum hliðum.
c) Hrærið söxuðum hvítlauk, möluðum kóríander, möluðu kúmeni, möluðum kanil og möluðum kardimommum saman við.
d) Bætið við söxuðum tómötum og tómatmauki, eldið þar til tómatarnir brotna niður.
e) Hellið soðinu út í og látið suðuna koma upp.
f) Bætið við hrísgrjónum, salti og pipar. Eldið þar til hrísgrjónin eru tilbúin.
g) Berið fram heitt, skreytt með steiktum möndlum og furuhnetum.

# 37. Ómanska grænmeti Saloona

**HRÁEFNI:**
- 2 kartöflur, skrældar og skornar í teninga
- 2 gulrætur, skrældar og skornar í teninga
- 1 bolli grænar baunir, saxaðar
- 1 bolli grasker, skorið í teninga
- 1 bolli kúrbít, skorinn í teninga
- 1 stór laukur, smátt saxaður
- 3 tómatar, saxaðir
- 3 hvítlauksgeirar, saxaðir
- 2 matskeiðar tómatmauk
- 1 tsk malað kóríander
- 1 tsk malað kúmen
- 1 tsk malað túrmerik
- 4 bollar grænmetissoð
- Grænmetisolía
- Salt og pipar, eftir smekk

**LEIÐBEININGAR:**
a) Steikið lauk í jurtaolíu í potti þar til hann er gullinbrúnn.
b) Bætið við söxuðum hvítlauk, möluðu kóríander, möluðu kúmeni og möluðu túrmerik. Eldið í nokkrar mínútur.
c) Hrærið söxuðum tómötum og tómatmauki saman við, eldið þar til tómatarnir brotna niður.
d) Bæta við hægelduðum kartöflum, gulrótum, grænum baunum, graskeri og kúrbít.
e) Hellið grænmetissoði út í og látið suðuna koma upp.
f) Kryddið með salti og pipar.
g) Látið malla þar til grænmetið er meyrt.
h) Berið fram heitt með hrísgrjónum.

## 38.Ómanska Lamb Mandi

**HRÁEFNI:**
- 1 kg lambakjöt, skorið í bita
- 2 bollar basmati hrísgrjón
- 2 stórir laukar, smátt saxaðir
- 4 hvítlauksgeirar, saxaðir
- 1/4 bolli jurtaolía
- 2 msk Mandi kryddblanda (kóríander, kúmen, svartur lime, kanill, kardimommur)
- 4 bollar lambakjöts- eða kjúklingasoð
- Salt, eftir smekk

**LEIÐBEININGAR:**
a) Í stórum potti, steikið lauk og hvítlauk í jurtaolíu þar til hann er gullinbrúnn.
b) Bætið lambakjötunum saman við og brúnið á öllum hliðum.
c) Hrærið Mandi kryddblöndunni og salti saman við.
d) Hellið soðinu út í og látið suðuna koma upp.
e) Bætið við hrísgrjónum og eldið þar til bæði hrísgrjón og lambakjöt eru tilbúin.
f) Berið fram heitt, skreytt með steiktum lauk.

## 39.Ómanska lamb Kabuli

**HRÁEFNI:**
- 1 kg lambakjöt, skorið í bita
- 2 bollar basmati hrísgrjón
- 2 stórir laukar, smátt saxaðir
- 4 hvítlauksgeirar, saxaðir
- 1/4 bolli jurtaolía
- 1 bolli kjúklingabaunir, soðnar
- 1 tsk malað kóríander
- 1 tsk malað kúmen
- 4 bollar lambakjöts- eða kjúklingasoð
- Salt og pipar, eftir smekk

**LEIÐBEININGAR:**
a) Í stórum potti, steikið lauk og hvítlauk í jurtaolíu þar til hann er gullinbrúnn.
b) Bætið lambakjötunum saman við og brúnið á öllum hliðum.
c) Hrærið malað kóríander, malað kúmen, salti og pipar saman við.
d) Hellið soðinu út í og látið suðuna koma upp.
e) Bætið við hrísgrjónum og soðnum kjúklingabaunum og eldið þar til bæði hrísgrjón og lamb eru tilbúin.
f) Berið fram heitt.

Omani Kofta með kúrbítsósu
28. júní 2023 eftir Lauru

Eftir færslu í síðasta mánuði um Harappan skartgripina sem fundust í bronsaldargröf í Óman, langaði mig að deila með ykkur dýrindis, nútímalegri ómanskri uppskrift úr safninu mínu. Með gnægð sumarsins af kúrbít og öðrum leiðsögn er þetta frábær uppskrift fyrir grillið sem verður eitt af nýju uppáhaldinu þínu.

Ekki vera á varðbergi gagnvart magni af jurtum og kryddi í kjötinu. Kanillinn í koftunni er tamdur með eldun og sósan er bragðmikil og ljúffeng – þó ég segi sjálfur frá. Rétturinn er „vörður" á heimilinu okkar, ég vona að hann verði á þínu líka.

## 40.Omani Kofta með kúrbítsósu

## Hráefni:
### KOFTA
- 1 pund nautahakk
- 1 lítið búnt steinselja, söxuð
- 1 lítill-miðlungs rauðlaukur, saxaður
- 1-2 msk kanill
- Salt/pipar eftir smekk

### Kúrbítsósa
- 2-3 tsk ólífuolía
- 8 saxaðir hvítlauksgeirar
- 1 msk af muldu rauðu chili
- 2-3 tsk balsamik edik
- 1 stór dós (eða 2 litlar dósir) af söxuðum tómötum
- 4 lárviðarlauf
- 2-3 meðalstór kúrbít
- 1 lítið búnt steinselja, söxuð
- 1 lítið búnt mynta, söxuð
- Salt/pipar eftir smekk

## LEIÐBEININGAR:
a) Forhitaðu kál. Blandið öllu hráefninu í kofta. Búðu til fingurform eða kúlur. Smyrjið létt eða úðið á broilerpönnu. Eldið kofta 2-3 tommur frá loga. Eldunartími er mismunandi eftir stærð koftans en reyndu að elda í 2-3 mínútur á hlið. (Það er líka hægt að grilla koftuna í staðinn).

b) Fyrir kúrbítsósuna, bætið smá ólífuolíu í pott og steikið hvítlaukinn og rauða chili í 3 mínútur. Bætið balsamikedikinu út í og eftir eina mínútu bætið við öllum söxuðu tómötunum ásamt lárviðarlaufunum. Bíddu þar til sósan fer að sjóða, hyljið pottinn og setjið á lægsta hita í 10 mínútur.

c) Skerið kúrbítinn í litla bita og steikið hann í aðeins meiri ólífuolíu þar til hann fer að mýkjast. Bætið þeim síðan við tómatsósuna. Bætið steinselju og myntu út í sósuna og hrærið vel saman við. Bætið smá salti og pipar eftir þörfum.

d) Eldið í nokkrar mínútur í viðbót til að leyfa bragðinu af kryddjurtunum að streyma inn á pönnuna. Setjið síðan koftuna á diskinn og skeiðið smá sósu á þá og berið afganginn fram á hliðinni.

## 41. Madrouba

**Hráefni:**
- 200 ml langkornuð hvít hrísgrjón eins og basmati
- 50 ml rauðar linsubaunir
- 100 ml soðnar kjúklingabaunir
- 4 msk olía, eins og canola sjá aths
- ¼ laukur, saxaður
- 4 hvítlauksgeirar, saxaðir
- 2 tsk ferskt engifer, rifið
- 1 tómatur, skorinn í teninga
- 2 heilir þurrkaðir lime sjá aths
- 2 tsk túrmerik
- 2 tsk kúmen
- 2 tsk malað kóríander
- 1 tsk malaður kanill
- 1 tsk maluð kardimommur
- 1 klípa múskat
- 1 grænmetiskraftsteningur
- cayenne pipar eftir smekk
- salt eftir smekk

**ÁFTALI (VALFRÆST)**
- 1 msk canola olía
- ¼ laukur, þunnt sneið
- ferskir limebátar

**LEIÐBEININGAR:**
a) Fyrir þurrkaða lime, skera þá opna og rífa út dökkt, mjúkt hold. Fleygðu fræjum og skeljum. Saxið gróft og bætið út í pottinn.
b) Setjið stóran pott á miðlungs til háan hita. Bætið við 2-3 msk canola olíu.
c) Steikið laukinn þar til hann byrjar að brúnast.
d) Bætið hvítlauk og engifer saman við og hrærið þar til það er mjúkt og ilmandi.
e) Bætið við hægelduðum tómötum og öllu kryddinu, þar á meðal þurrkuðum lime eða börki.
f) Hrærið hrísgrjónum, linsubaunum og kjúklingabaunum saman við. Bætið við 600 ml af vatni og látið suðuna koma upp.
g) Látið hrísgrjónin malla við lágan hita í 40-60 mínútur. Hrærið oft og bætið við meira vatni eftir þörfum. Ég endaði með því að nota 1200 ml samtals.
h) Á meðan, steikið þunnt sneiða laukinn þar til hann er dökkbrúnn.
i) Þegar hrísgrjónin eru orðin mjúk og farin að falla í sundur, kláraðu réttinn með því að stappa hrísgrjónin með kartöflustöppu.
j) Valfrjálst: hrærið smá ólífuolíu út í.
k) Berið réttinn fram heitan og toppið með steiktum lauk og kannski ferskum limebátum.

## 42.Kjúklingur með lauk og kardimommum hrísgrjónum

**Hráefni:**
- 3 msk / 40 g sykur
- 3 msk / 40 ml vatn
- 2½ msk / 25 g berber ( eða rifsber )
- 4 msk ólífuolía
- 2 meðalstórir laukar, þunnar sneiðar (2 bollar / 250 g samtals)
- 2¼ lb / 1 kg kjúklingalæri með skinni, bein í kjúklingalæri eða 1 heilur kjúklingur, skorinn í fjórða
- 10 kardimommur
- ávöl ¼ tsk heil negull
- 2 langar kanilstangir, brotnar í tvennt
- 1⅔ bollar / 300 g basmati hrísgrjón
- 2¼ bollar / 550 ml sjóðandi vatn
- 1½ msk / 5 g flatlauf steinseljublöð, saxuð
- ½ bolli / 5 g dilllauf, saxað
- ¼ bolli / 5 g kóríanderlauf, saxað
- ⅓ bolli / 100 g grísk jógúrt, blandað með 2 msk ólífuolíu (valfrjálst)
- salt og nýmalaður svartur pipar

## LEIÐBEININGAR

a) Setjið sykurinn og vatnið í lítinn pott og hitið þar til sykurinn leysist upp. Takið af hitanum, bætið berberjunum út í og setjið til hliðar til að liggja í bleyti. Ef þú notar rifsber þarftu ekki að leggja þær í bleyti á þennan hátt.

b) Á meðan hitarðu helminginn af ólífuolíunni á stórri sautépönnu sem þú ert með lok á yfir meðalhita, bætið lauknum út í og steikið í 10 til 15 mínútur, hrærið af og til, þar til laukurinn er orðinn djúpt gullinbrúnn. Færið laukinn yfir í litla skál og þurrkið pönnuna hreint.

c) Setjið kjúklinginn í stóra blöndunarskál og kryddið með 1½ tsk af hvoru salti og svörtum pipar. Bætið afganginum af ólífuolíu, kardimommum, negul og kanil út í og notaðu hendurnar til að blanda öllu vel saman. Hitið pönnuna aftur og setjið kjúklinginn og kryddið í hana.

d) Steikið í 5 mínútur á hvorri hlið og takið af pönnunni (þetta er mikilvægt þar sem kjúklingurinn er hálfeldaður). Kryddið getur haldist á pönnunni en ekki hafa áhyggjur ef þau festast við kjúklinginn.

e) Fjarlægðu líka mest af olíunni sem eftir er og skildu bara eftir þunn filmu neðst. Bætið við hrísgrjónum, karamelluðum lauk, 1 tsk salti og nóg af svörtum pipar. Tæmið berberin og bætið þeim líka út í. Hrærið vel og setjið steikta kjúklinginn aftur á pönnuna og ýtið honum ofan í hrísgrjónin.

f) Hellið sjóðandi vatninu yfir hrísgrjónin og kjúklinginn, hyljið pönnuna og eldið við mjög lágan hita í 30 mínútur. Taktu pönnuna af hitanum, taktu lokið af, leggðu fljótt hreint viskustykki yfir pönnuna og lokaðu aftur með lokinu. Látið réttinn standa óhreyfðan í 10 mínútur í viðbót. Bætið að lokum kryddjurtunum út í og notið gaffal til að hræra þeim út í og fleyta hrísgrjónunum upp. Smakkið til og bætið við meira salti og pipar ef þarf. Berið fram heitt eða heitt með jógúrt ef þú vilt.

## 43. Nautakjötbollur með Fava baunum og sítrónu

**Hráefni:**
- 4½ msk ólífuolía
- 2⅓ bollar / 350 g fava baunir, ferskar eða frosnar
- 4 heilir timjangreinar
- 6 hvítlauksrif, skorin í sneiðar
- 8 grænir laukar, skornir í horn í ¾ tommu / 2 cm hluta
- 2½ msk nýkreistur sítrónusafi
- 2 bollar / 500 ml kjúklingakraftur
- salt og nýmalaður svartur pipar
- 1½ tsk hver saxuð flatblaða steinselja, mynta, dill og kóríander til að klára

**KJÖTTBOLTA**
- 10 oz / 300 g nautahakk
- 5 oz / 150 g malað lambakjöt
- 1 meðalstór laukur, smátt saxaður
- 1 bolli / 120 g brauðrasp
- 2 msk hver saxuð flatblaða steinselja, mynta, dill og kóríander
- 2 stór hvítlauksrif, mulin
- 4 tsk baharat kryddblanda (keypt í búð eða sjá uppskrift )
- 4 tsk malað kúmen
- 2 tsk kapers, saxaðar
- 1 egg, þeytt

## LEIÐBEININGAR

a) Setjið allt kjötbolluhráefnið í stóra blöndunarskál. Bætið ¾ teskeið af salti og nóg af svörtum pipar og blandið vel saman með höndunum. Mótið kúlur í svipaðri stærð og borðtennis kúlur. Hitið 1 matskeið af ólífuolíu yfir miðlungshita á ofurstórri pönnu sem þú ert með lok á. Steikið helminginn af kjötbollunum, snúið þeim þar til þær eru brúnar yfir allt, um það bil 5 mínútur. Takið út, bætið 1½ tsk af ólífuolíunni á pönnuna og eldið hina kjötbollurnar. Takið af pönnunni og þurrkið það hreint.

b) Á meðan kjötbollurnar eru að eldast skaltu henda fava baununum í pott með miklu sölti sjóðandi vatni og blása í 2 mínútur. Tæmið og hressið undir köldu vatni. Fjarlægðu hýðið af helmingnum af fava baununum og fargið hýðinu.

c) Hitið hinar 3 msk ólífuolíur sem eftir eru yfir meðalhita á sömu pönnu og þú steiktir kjötbollurnar í. Bætið timjan, hvítlauk og grænlauk út í og steikið í 3 mínútur. Bætið við óafhýddum fava baunum, 1½ msk af sítrónusafanum, ⅓ bolla / 80 ml af soðinu, ¼ tsk salti og nóg af svörtum pipar. Baunirnar ættu að vera næstum þaktar vökva. Lokið pönnunni og eldið við vægan hita í 10 mínútur.

d) Setjið kjötbollurnar aftur á steikarpönnuna sem geymir fava baunirnar. Bætið afganginum út í, setjið lok á pönnuna og látið malla varlega í 25 mínútur. Smakkaðu sósuna og stilltu kryddið. Ef það er mjög rennandi skaltu fjarlægja lokið og draga aðeins úr. Þegar kjötbollurnar hætta að eldast munu þær drekka upp mikið af safanum, svo vertu viss um að enn sé nóg af sósu á þessum tímapunkti. Þú getur skilið kjötbollurnar eftir núna, af hitanum, þar til þær eru tilbúnar til framreiðslu.

e) Rétt áður en þær eru bornar fram, hitið kjötbollurnar aftur og bætið við smá vatni ef þarf til að fá næga sósu. Bætið restinni af kryddjurtunum saman við, 1 msk sítrónusafa sem eftir er og skrældar fava baunirnar og hrærið mjög varlega. Berið fram strax.

## 44. Lambakjötbollur með berberjum, jógúrt og kryddjurtum

ég

**HRINGEFNI:**
- 1⅔ lb / 750 g malað lambakjöt
- 2 meðalstórir laukar, smátt saxaðir
- ⅔ oz / 20 g flatblaða steinselja, smátt skorin
- 3 hvítlauksrif, pressuð
- ¾ tsk malað pipar
- ¾ tsk malaður kanill
- 6 msk / 60 g berber
- 1 stórt lausagönguegg
- 6½ msk / 100 ml sólblómaolía
- 1½ lb / 700 g banani eða annar stór skalottlaukur, afhýddur
- ¾ bolli auk 2 msk / 200 ml hvítvín
- 2 bollar / 500 ml kjúklingakraftur
- 2 lárviðarlauf
- 2 timjangreinar
- 2 tsk sykur
- 5 oz / 150 g þurrkaðar fíkjur
- 1 bolli / 200 g grísk jógúrt
- 3 msk blandað myntu, kóríander, dilli og estragon, gróft rifið
- salt og nýmalaður svartur pipar

**LEIÐBEININGAR**
a) Setjið lambið, laukinn, steinseljuna, hvítlaukinn, pipar, kanil, berberin, eggið, 1 tsk salt og ½ tsk svartan pipar í stóra skál. Blandið saman með höndunum og rúllið síðan í kúlur á stærð við golfkúlur.
b) Hitið þriðjung af olíunni yfir meðalhita í stórum, þungbotna potti sem þú ert með þétt lokið fyrir. Setjið nokkrar kjötbollur út í og eldið og snúið þeim við í nokkrar mínútur þar til þær litast yfir allt. Takið úr pottinum og setjið til hliðar. Eldið kjötbollurnar sem eftir eru á sama hátt.
c) Þurrkaðu pottinn hreinan og bætið olíunni sem eftir er út í. Bætið skalottlaukunum út í og eldið við meðalhita í 10 mínútur, hrærið oft þar til hann er gullinbrúnn. Bætið víninu út í, látið malla í eina eða tvær mínútur og bætið svo kjúklingakraftinum, lárviðarlaufinu, timjaninu, sykri og smá salti og pipar út í. Raðið fíkjunum og kjötbollunum á milli og ofan á skalottlaukana; kjötbollurnar þurfa að vera næstum þaknar vökva. Látið suðuna koma upp, hyljið með loki, lækkið hitann í mjög lágan og látið malla í 30 mínútur. Takið lokið af og látið malla í um það bil klukkutíma í viðbót þar til sósan hefur minnkað og magnast í bragði. Smakkið til og bætið við salti og pipar ef þarf.
d) Flyttu yfir í stórt, djúpt fat. Þeytið jógúrtina, hellið yfir og stráið kryddjurtunum yfir.

## 45. Byggrisotto með marineruðu fetaosti

## Hráefni:
- 1 bolli / 200 g perlubygg
- 2 msk / 30 g ósaltað smjör
- 6 msk / 90 ml ólífuolía
- 2 litlir sellerístilkar, skornir í ¼ tommu / 0,5 cm teninga
- 2 litlir skalottlaukar, skornir í ¼ tommu / 0,5 cm teninga
- 4 hvítlauksgeirar, skornir í 1/16 tommu / 2mm teninga
- 4 timjangreinar
- ½ tsk reykt paprika
- 1 lárviðarlauf
- 4 ræmur sítrónubörkur
- ¼ tsk chile flögur
- ein 14-oz / 400g dós hakkaðir tómatar
- 3 bollar / 700 ml grænmetiskraftur
- 1¼ bollar / 300 ml passata (sigtaðir niðurmuldir tómatar)
- 1 msk kúmenfræ
- 10½ oz / 300 g fetaostur, brotinn í u.þ.b. ¾-tommu / 2cm bita
- 1 msk fersk oregano lauf
- salt

## LEIÐBEININGAR
a) Skolið perlubyggið vel undir köldu vatni og látið renna af.
b) Bræðið smjörið og 2 matskeiðar af ólífuolíu í mjög stórri pönnu og steikið sellerí, skalottlaukur og hvítlauk við vægan hita í 5 mínútur þar til það er mjúkt. Bætið byggi, timjani, papriku, lárviðarlaufi, sítrónuberki, chile flögum, tómötum, soði, passata og salti út í. Hrærið til að blanda saman.
c) Látið suðuna koma upp í blönduna, lækkið síðan niður í mjög vægan malla og eldið í 45 mínútur, hrærið oft til að tryggja að risottoið festist ekki í botninn á pönnunni. Þegar það er tilbúið ætti byggið að vera meyrt og megnið af vökvanum frásogast.
d) Ristaðu á meðan kúmfræin á þurri pönnu í nokkrar mínútur. Myljið þau síðan létt svo að nokkur heil fræ séu eftir. Bætið þeim við fetaostinn með hinum 4 matskeiðum / 60 ml ólífuolíu og blandið varlega saman til að blanda saman.
e) Þegar risottoið er tilbúið skaltu athuga kryddið og skiptu því síðan í fjórar grunnar skálar. Toppið hvern með marineruðu fetaostinum, þar á meðal olíunni, og strá af oregano laufum.

## 46. Steiktur kjúklingur með klementínum

**Hráefni:**
- 6½ msk / 100 ml arak, ouzo eða Pernod
- 4 msk ólífuolía
- 3 msk nýkreistur appelsínusafi
- 3 msk nýkreistur sítrónusafi
- 2 msk korn sinnep
- 3 msk ljós púðursykur
- 2 miðlungs fennel perur (1 lb / 500 g samtals)
- 1 stór lífrænn kjúklingur eða kjúklingur á lausu, um 2¾ lb / 1,3 kg, skipt í 8 stykki, eða sömu þyngd í kjúklingalæri með skinni og beini
- 4 klementínur, óafhýddar (14 oz / 400 g samtals), skornar lárétt í ¼-tommu / 0,5 cm sneiðar
- 1 msk timjanblöð
- 2½ tsk fennelfræ, létt mulin
- salt og nýmalaður svartur pipar
- söxuð flatblaða steinselja, til að skreyta

**LEIÐBEININGAR**

a) Setjið fyrstu sex hráefnin í stóra blöndunarskál og bætið við 2½ tsk salti og 1½ tsk svörtum pipar. Þeytið vel og setjið til hliðar.

b) Skerið fenneluna og skerið hverja peru í tvennt eftir endilöngu. Skerið hvern helming í 4 báta. Bætið fennelinni út í vökvana ásamt kjúklingabitunum, klementínusneiðunum, timjaninu og fennelufræjunum. Hrærið vel með höndunum og látið marinerast í ísskápnum í nokkrar klukkustundir eða yfir nótt (að sleppa marineringunni er líka í lagi ef tímafrekt er).

c) Forhitið ofninn í 475°F / 220°C. Flyttu kjúklinginn og marineringuna yfir á ofnplötu sem er nógu stór til að rúma allt þægilega í einu lagi (u.þ.b. 12 x 14½ tommu / 30 x 37 cm pönnu); kjúklingaskinnið á að snúa upp. Þegar ofninn er orðinn nógu heitur, setjið pönnuna inn í ofninn og steikið í 35 til 45 mínútur, þar til kjúklingurinn hefur mislitað sig og eldaður í gegn. Takið úr ofninum.

d) Lyftið kjúklingnum, fennelinu og klementínunum af pönnunni og raðið á borðplötu; hylja og halda hita.

e) Hellið eldunarvökvanum í lítinn pott, setjið yfir miðlungsháan hita, látið suðuna koma upp og látið malla þar til sósan hefur minnkað um þriðjung, þannig að þú situr eftir með um ⅓ bolla / 80 ml.

f) Hellið heitu sósunni yfir kjúklinginn, skreytið með smá steinselju og berið fram.

# 47. Mejadra

**Hráefni:**
- 1¼ bollar / 250 g grænar eða brúnar linsubaunir
- 4 meðalstórir laukar (1½ lb / 700 g áður en þeir eru skrældir)
- 3 msk alhliða hveiti
- um 1 bolli / 250 ml sólblómaolía
- 2 tsk kúmenfræ
- 1½ msk kóríanderfræ
- 1 bolli / 200 g basmati hrísgrjón
- 2 msk ólífuolía
- ½ tsk malað túrmerik
- 1½ tsk malað pipar
- 1½ tsk malaður kanill
- 1 tsk sykur
- 1½ bollar / 350 ml vatn
- salt og nýmalaður svartur pipar

**LEIÐBEININGAR**

a) Setjið linsurnar í lítinn pott, hellið miklu vatni yfir, látið suðuna koma upp og eldið í 12 til 15 mínútur þar til linsurnar hafa mýkst en hafa samt smá bit. Tæmið og setjið til hliðar.

b) Afhýðið laukinn og skerið þunnt. Setjið á stóran flatan disk, stráið hveitinu og 1 tsk salti yfir og blandið vel saman með höndunum. Hitið sólblómaolíuna í meðalþykkbotna potti sem settur er yfir háan hita. Gakktu úr skugga um að olían sé heit með því að henda í lítið stykki af lauk; það ætti að snarka kröftuglega. Lækkið hitann í meðalháan og bætið varlega við (það má spýta!) bætið við þriðjungi af sneiðum lauknum. Steikið í 5 til 7 mínútur, hrærið af og til með sleif, þar til laukurinn fær fallegan gullbrúnan lit og verður stökkur (stillið hitastigið þannig að laukurinn steikist ekki of fljótt og brenni). Notaðu skeiðina til að flytja laukinn yfir í sigti sem er klætt með pappírsþurrkum og stráið aðeins meira salti yfir. Gerðu það sama við hinar tvær loturnar af lauknum; bæta við smá auka olíu ef þarf.

c) Þurrkaðu pottinn sem þú steiktir laukinn í hreinn og settu kúmen og kóríanderfræ út í. Settu yfir meðalhita og ristaðu fræin í eina eða tvær mínútur. Bætið við hrísgrjónum, ólífuolíu, túrmerik, kryddjurtum, kanil, sykri, ½ teskeið salti og nóg af svörtum pipar. Hrærið til að hjúpa hrísgrjónin með olíunni og bætið svo soðnu linsubaunum og vatninu út í. Látið suðuna koma upp, hyljið með loki og látið malla við mjög lágan hita í 15 mínútur.

d) Takið af hitanum, takið lokið af og hyljið pönnuna fljótt með hreinu viskustykki. Lokaðu þétt með lokinu og settu til hliðar í 10 mínútur.

e) Bætið að lokum helmingnum af steiktum lauknum út í hrísgrjónin og linsurnar og hrærið varlega með gaffli. Settu blönduna í grunna skál og settu afganginn af lauknum ofan á.

## 48.Kúskús með tómötum og lauk

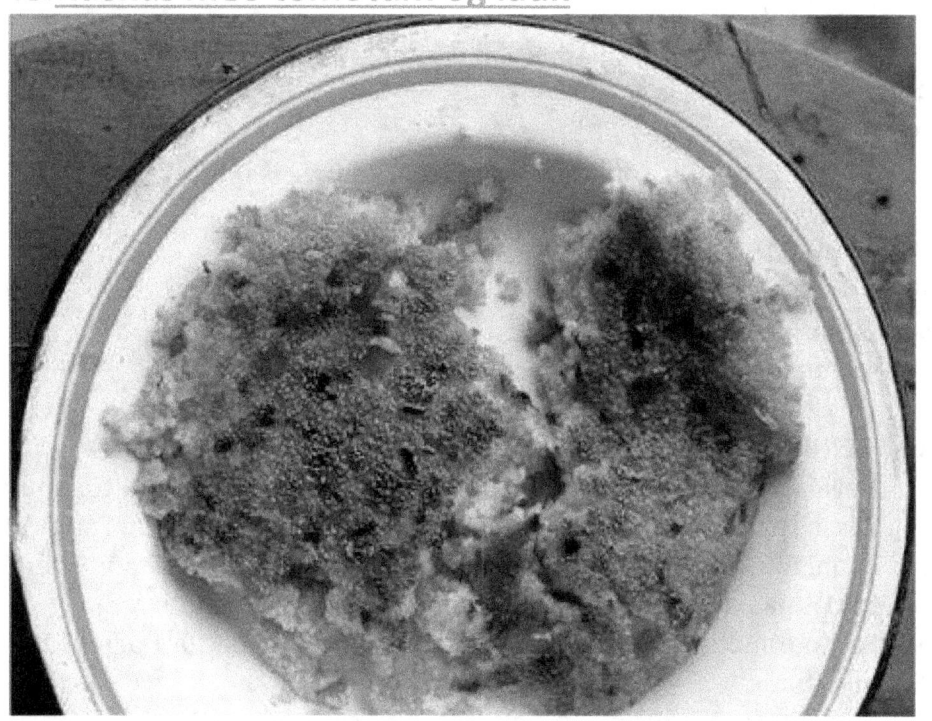

**Hráefni:**
- 3 msk ólífuolía
- 1 meðalstór laukur, smátt saxaður (1 bolli / 160 g samtals)
- 1 msk tómatmauk
- ½ tsk sykur
- 2 mjög þroskaðir tómatar, skornir í ¼ tommu / 0,5 cm teninga (1¾ bollar / 320 g samtals)
- 1 bolli / 150 g kúskús
- 1 bolli / 220 ml sjóðandi kjúklinga- eða grænmetiskraftur
- 2½ msk / 40 g ósaltað smjör
- salt og nýmalaður svartur pipar

**LEIÐBEININGAR**

a) Hellið 2 matskeiðum af ólífuolíunni í nonstick pönnu um 8½ tommu / 22 cm í þvermál og setjið yfir miðlungshita. Bætið lauknum út í og eldið í 5 mínútur, hrærið oft þar til hann hefur mýkst en ekki litað. Hrærið tómatmaukinu og sykrinum saman við og eldið í 1 mínútu.

b) Bætið tómötunum, ½ tsk salti og smá svörtum pipar út í og eldið í 3 mínútur.

c) Á meðan er kúskúsið sett í grunna skál, sjóðandi soðinu hellt yfir og plastfilmu sett yfir. Setjið til hliðar í 10 mínútur, takið síðan hlífina af og fletjið kúskúsið með gaffli. Bætið tómatsósunni út í og hrærið vel.

d) Þurrkaðu af pönnunni og hitaðu smjörið og 1 msk ólífuolíu sem eftir er af ólífuolíu yfir meðalhita. Þegar smjörið hefur bráðnað er kúskúsinu sett með skeið á pönnuna og bakið á skeiðinni til að klappa því varlega niður svo öllu sé pakkað þétt saman.

e) Lokið pönnunni, lækkið hitann í lægstu stillingu og leyfið kúskúsinu að gufa í 10 til 12 mínútur þar til þú sérð ljósbrúnan lit í kringum brúnirnar. Notaðu offset spaða eða hníf til að hjálpa þér að skyggnast á milli brúnar kúskússins og hliðar pönnunnar: þú vilt virkilega stökka brún yfir allan botninn og hliðarnar.

f) Hvolfið stórum diski ofan á pönnuna og hvolfið pönnu og diski hratt saman og losið kúskúsið á diskinn. Berið fram heitt eða við stofuhita.

# SÚPUR

## 49.Ristað gulrótarsúpa með Dukkah kryddi

**HRÁEFNI:**
- 1/2 bolli ósaltaðar, afhýddar hráar náttúrulegar pistasíuhnetur
- 2 matskeiðar sesamfræ
- 2 tsk kóríanderfræ
- 2 tsk kúmenfræ
- 1/2 tsk fennel fræ
- 1/4 tsk heil svört piparkorn
- 2 tsk kosher salt, auk meira eftir smekk
- 2 tsk túrmerik
- 1/2 tsk kanill
- 1/2 tsk múskat, nýrifinn
- 2 tsk kúmen, nýmalað
- 1 tsk Omani (mulin sítróna)
- 1/4 bolli eplaedik
- 2 pund gulrætur, skrældar, skornar í 1/2 tommu tungl
- 1 stór gulur laukur, skrældur, skorinn í 1/4 tommu sneiðar
- 8 hvítlauksrif, afhýdd
- 4-8 matskeiðar ósaltað smjör, brætt
- Nýmalaður svartur pipar, eftir smekk
- 6 bollar kjúklingasoð
- Fullfeiti grísk jógúrt, til skrauts
- Cilantro, gróft saxað, til skrauts

**LEIÐBEININGAR:**
Undirbúið Dukkah kryddblöndu:
a) Ristið pistasíuhnetur á þurri pönnu við meðalhita þar til þær eru gullinbrúnar. Færið yfir á lítinn disk og látið kólna.
b) Bætið sesamfræjum, kóríanderfræjum, kúmenfræjum, fennelfræjum og piparkornum í sömu pönnu. Ristið þar til ilmandi, flytjið síðan yfir á diskinn með hnetum og látið kólna.
c) Flyttu hnetu- og kryddblöndunni ásamt 1 tsk salti yfir í matvinnsluvél eða mortéli. Grófmalið til að búa til Dukkah kryddblönduna. Þetta er hægt að gera fyrirfram og geyma loftþétt við stofuhita.

Steikið grænmetið:

d) Forhitið ofninn í 425°F.
e) Setjið gulrætur, lauk og hvítlauk á bökunarplötu. Dreypið bræddu smjöri yfir, kryddið með salti og pipar og blandið saman.
f) Steikið í um 25 mínútur þar til laukurinn byrjar að brúnast. Fjarlægðu lauk og hvítlauk. Haltu áfram að steikja gulræturnar í 10-20 mínútur til viðbótar þar til þær eru mjúkar og byrjaðar að brúnast.

Undirbúa súpuna:

g) Í stórum potti, blandaðu ristuðum lauk og hvítlauk saman við 1 matskeið af smjöri, salti og pipar.
h) Bætið 3 msk af eplaediki út í og eldið þar til minnkað, um 3-5 mínútur, hrærið af og til.
i) Bætið við kjúklingakrafti, túrmerik, kanil, kúmeni, múskati og Omani. Látið suðuna koma upp og bætið ristuðu gulrótunum út í. Látið malla í um 30 mínútur þar til gulræturnar eru orðnar mjúkar.
j) Notaðu blöndunartæki eða blandara til að mauka súpuna þar til hún er mjúk.
k) Hellið súpunni í meðalstóran pott og látið malla við meðalhita. Kryddið með salti og pipar.
l) Skiptið heitu súpunni á milli skála.
m) Setjið skeið af jógúrt í miðju hverrar skál.
n) Stráið Dukkah kryddblöndunni yfir og skreytið með fersku kóríander.

## 50.Marak Samak (Ómanísk fiskisúpa)

**HRÁEFNI:**
- 500 g hvítfiskflök, skorin í bita
- 1 laukur, smátt saxaður
- 2 tómatar, skornir í bita
- 2 hvítlauksgeirar, saxaðir
- 1 tsk malað túrmerik
- 1 tsk malað kúmen
- 1 tsk malað kóríander
- 1/4 bolli hakkað kóríander
- 1 sítróna, safi
- Salt og pipar eftir smekk

**LEIÐBEININGAR:**
a) Steikið lauk og hvítlauk í potti þar til það er mjúkt.
b) Bætið tómötum, túrmerik, kúmeni og kóríander saman við. Eldið þar til tómatarnir eru orðnir mjúkir.
c) Hellið nægu vatni út í til að hylja innihaldsefnin. Látið suðuna koma upp.
d) Bætið fiskbitum varlega út í og eldið þar til fiskurinn er ógagnsær og eldaður í gegn.
e) Hrærið kóríander, sítrónusafa, salti og pipar saman við. Berið fram heitt.

## 51.Shorbat Adas (ómanska linsubaunasúpa)

## HRÁEFNI:

- 1 bolli rauðar linsubaunir, þvegnar
- 1 laukur, saxaður
- 2 gulrætur, skornar í teninga
- 2 tómatar, skornir í bita
- 2 hvítlauksgeirar, saxaðir
- 1 tsk malað kúmen
- 1 tsk malað kóríander
- 1/2 tsk malað túrmerik
- 6 bollar grænmetis- eða kjúklingasoð
- Ólífuolía til að hella yfir
- Salt og pipar eftir smekk

## LEIÐBEININGAR:

a) Steikið lauk og hvítlauk í potti þar til hann verður hálfgagnsær.
b) Bætið við gulrótum, tómötum, linsubaunir, kúmeni, kóríander og túrmerik. Hrærið vel saman.
c) Hellið soðinu út í og látið suðuna koma upp. Lækkið hitann og látið malla þar til linsurnar eru mjúkar.
d) Kryddið með salti og pipar. Dreypið ólífuolíu yfir áður en borið er fram.

## 52.Shorbat Khodar (ómanska grænmetissúpa)

**HRÁEFNI:**
- 1 laukur, saxaður
- 2 gulrætur, skornar í teninga
- 2 kúrbít, skornir í teninga
- 1 kartöflu, skorin í teninga
- 1/2 bolli grænar baunir, saxaðar
- 1/4 bolli linsubaunir
- 1 tsk malað kúmen
- 1 tsk malað kóríander
- 6 bollar grænmetissoð
- Fersk steinselja, söxuð (til skrauts)
- Ólífuolía til að hella yfir
- Salt og pipar eftir smekk

**LEIÐBEININGAR:**
a) Steikið lauk í potti þar til hann er hálfgagnsær.
b) Bætið við gulrótum, kúrbít, kartöflum, grænum baunum, linsum, kúmeni og kóríander. Hrærið vel saman.
c) Hellið grænmetissoðinu út í og látið suðuna koma upp. Lækkið hitann og látið malla þar til grænmetið er meyrt.
d) Kryddið með salti og pipar. Skreytið með ferskri steinselju og dreypið ólífuolíu yfir áður en hún er borin fram.

## 53.Lime kjúklingasúpa

**Hráefni:**
- 2 matskeiðar ólífuolía
- ½ gulur eða hvítur laukur smátt saxaður
- 2 hvítlauksrif söxuð
- 5 bollar lágt natríum kjúklingakraftur
- 4 þurrkaðir persnesk lime
- 2 matskeiðar túrmerik
- 1 bolli Basmati hrísgrjón
- 13 aura dós kjúklingabaunir skolaðar
- 1 bolli soðinn rifinn kjúklingur
- Malaður svartur pipar
- Steinseljublöð saxuð, til skrauts

**LEIÐBEININGAR:**
a) Færið hollenskan ofn á meðalhita og dreypið ólífuolíu yfir og steikið saxaða laukinn í 4-5 mínútur þar til hann er mjúkur. Bætið hvítlauk út í og steikið í eina mínútu í viðbót.
b) Hellið kjúklingakrafti út í og bætið þurrkuðum lime, túrmerik, basmati hrísgrjónum og kjúklingabaunum út í og eldið þar til hrísgrjónin eru mjúk, um það bil 15 mínútur.
c) Bætið rifnum kjúklingi út í og haltu áfram að elda á lágu þar til kjúklingurinn er orðinn heitur.
d) Fjarlægðu þurrkað lime og fargið áður en það er borið fram. Hellið súpunni í skálar og skreytið með saxaðri steinselju og möluðum svörtum pipar.

## 54.Harira (ómönsk krydduð kjúklingasúpa)

**Hráefni:**
- 1 bolli þurrkaðar kjúklingabaunir, lagðar í bleyti yfir nótt
- 1 laukur, smátt saxaður
- 2 tómatar, skornir í bita
- 2 matskeiðar tómatmauk
- 1/2 bolli linsubaunir
- 2 hvítlauksgeirar, saxaðir
- 1 tsk malaður kanill
- 1 tsk malað kúmen
- 1/2 tsk malað túrmerik
- Salt og pipar eftir smekk
- 6 bollar kjúklinga- eða grænmetissoð
- 2 matskeiðar jurtaolía
- Ferskt kóríander til skrauts

**LEIÐBEININGAR:**
a) Hitið jurtaolíu yfir miðlungshita í stórum potti. Bætið söxuðum lauk og söxuðum hvítlauk út í, steikið þar til það er mjúkt.
b) Bætið við kjúklingabaunum, linsubaunir, tómötum og tómatmauki. Eldið í 5 mínútur.
c) Bætið við kanil, kúmeni, túrmerik, salti og pipar. Hrærið vel saman.
d) Hellið soðinu út í og látið suðuna koma upp. Lækkið hitann og látið malla þar til kjúklingabaunir eru mjúkar.
e) Stilltu kryddið og berið fram heitt, skreytt með fersku kóríander.

## 55.Shorbat Hab (ómanska linsubauna- og byggsúpa)

**Hráefni:**
- 1 bolli grænar eða brúnar linsubaunir, skolaðar og skolaðar
- 1/2 bolli perlubygg, skolað
- 1 laukur, smátt saxaður
- 2 tómatar, skornir í bita
- 2 gulrætur, skornar í teninga
- 2 sellerístilkar, saxaðir
- 2 hvítlauksgeirar, saxaðir
- 1 tsk malað túrmerik
- 1 tsk malað kúmen
- Salt og pipar eftir smekk
- 6 bollar kjúklinga- eða grænmetissoð
- 2 matskeiðar jurtaolía
- Sítrónubátar til framreiðslu

**LEIÐBEININGAR:**
a) Hitið jurtaolíu yfir miðlungshita í stórum potti. Bætið söxuðum lauk og söxuðum hvítlauk út í, steikið þar til hann verður hálfgagnsær.
b) Bætið við linsubaunir, byggi, tómötum, gulrótum, sellerí, túrmerik, kúmeni, salti og pipar. Eldið í 5 mínútur.
c) Hellið soðinu út í og látið suðuna koma upp. Lækkið hitann og látið malla þar til linsubaunir og bygg eru meyr.
d) Stilltu kryddið og berið fram heitt með kreistu af sítrónu.

## 56.Ómanska grænmeti Shurbah

**Hráefni:**
- 2 matskeiðar jurtaolía
- 1 laukur, smátt saxaður
- 2 gulrætur, skrældar og skornar í teninga
- 2 kartöflur, skrældar og skornar í teninga
- 1 kúrbít, skorinn í teninga
- 1 bolli grænar baunir, saxaðar
- 2 tómatar, skornir í bita
- 3 hvítlauksgeirar, saxaðir
- 1 tsk malað kúmen
- 1 tsk malað kóríander
- 1 tsk malað túrmerik
- Salt og pipar eftir smekk
- 6 bollar grænmetissoð
- 1/2 bolli vermicelli eða lítið pasta
- Fersk steinselja til skrauts

**LEIÐBEININGAR:**
a) Hitið jurtaolíu yfir miðlungshita í stórum potti. Bætið söxuðum lauk og söxuðum hvítlauk út í, steikið þar til það er mjúkt.
b) Bætið hægelduðum gulrótum, kartöflum, kúrbít, grænum baunum og tómötum í pottinn. Eldið í um það bil 5 mínútur, hrærið af og til.
c) Stráið möluðu kúmeni, kóríander, túrmerik, salti og pipar yfir grænmetið. Hrærið vel til að hjúpa grænmetið með kryddinu.
d) Hellið grænmetissoðinu út í og látið suðuna koma upp. Þegar það hefur suðuð, lækkið hitann niður í krauma og leyfið þessu að malla í um 15-20 mínútur eða þar til grænmetið er meyrt.
e) Bætið vermicelli eða litlu pasta í pottinn og eldið samkvæmt leiðbeiningum á pakka þar til al dente.
f) Stilltu kryddið ef þarf og láttu súpuna malla í 5 mínútur til viðbótar til að leyfa bragðinu að blandast saman.
g) Berið fram heitt, skreytt með ferskri steinselju.

## 57.Ómanska tómatfiskisúpa

**Hráefni:**
- 1 meðalstór chilipipar
- 1 matskeið jurtaolía
- 2 hvítlauksgeirar, smátt saxaðir
- 4 bollar vatn
- 1 poki Kjúklinganúðlusúpa
- 1 meðalstór tómatur, skorinn í teninga
- 300 g kórkóng, skorið í litla teninga
- 1 matskeið fersk steinselja

**LEIÐBEININGAR:**
a) Í meðalstórum potti, steikið chili og hvítlauk í jurtaolíu þar til það er mjúkt.
b) Bætið við vatni og látið suðuna koma upp.
c) Bætið við kjúklinganúðlusúpu, hægelduðum tómötum og fiskbitum.
d) Látið malla við meðalhita í 5 mínútur, eða þar til súpan þyknnar og fiskurinn er fulleldaður.
e) Berið súpuna fram með ferskri steinselju og sítrónubátum.

## 58. Omani-Balochi sítrónufiskur karrý (Paplo)

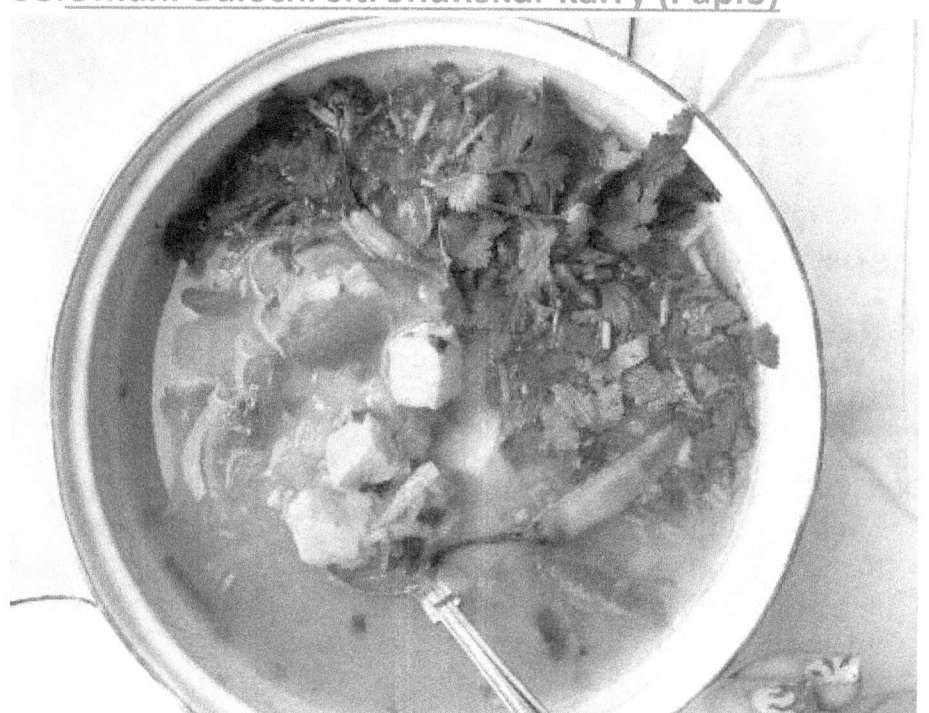

**Hráefni:**
- 1 matskeið hvítlaukur
- 2 laukar, smátt skornir
- 650 g sverðfiskur (eða annar, skorinn í litla bita)
- 1 matskeið túrmerik
- 2 meðalstórir tómatar, skornir í fjórða
- Salt eftir smekk
- 80 ml sítrónusafi (um það bil 2,5 sítrónur)
- 1,5 lítrar af vatni
- 1/2 tsk Baharat
- 2 ferskt grænt chili, gróft saxað
- Lítið búnt af fersku kóríander (um 30-40g), saxað fínt

**LEIÐBEININGAR:**
a) Blandið saman vatni, hvítlauk, lauk, chili, tómötum, Baharat og túrmerik á stórri pönnu. Látið suðuna koma upp.
b) Þegar blandan byrjar að bóla, bætið hakkaðri fiskinum á pönnuna.
c) Sjóðið blönduna þar til fiskurinn er fulleldaður.
d) Bætið salti og sítrónusafa út í og látið malla við vægan hita í um það bil 10 mínútur og leyfið blöndunni að gufa aðeins upp um nokkra sentímetra.
e) Áður en borið er fram skaltu hræra fínt söxuðu fersku kóríander saman við.

## 59. Kars- og kjúklingasúpa með rósavatni

**Hráefni:**
- 2 meðalstórar gulrætur (9 oz / 250 g samtals), skornar í ¾-tommu / 2 cm teninga
- 3 msk ólífuolía
- 2½ tsk ras el hanout
- ½ tsk malaður kanill
- 1½ bollar / 240 g soðnar kjúklingabaunir, ferskar eða niðursoðnar
- 1 meðalstór laukur, þunnt sneið
- 2½ msk / 15 g skrælt og fínt saxað ferskt engifer
- 2½ bollar / 600 ml grænmetiskraftur
- 7 únsur / 200 g karsi
- 3½ oz / 100 g spínatlauf
- 2 tsk ofurfínn sykur
- 1 tsk rósavatn
- salt
- Grísk jógúrt, til að bera fram (valfrjálst)
- Forhitið ofninn í 425°F / 220°C.

## LEIÐBEININGAR

a) Blandið gulrótunum saman við 1 matskeið af ólífuolíunni, ras el hanout, kanil og ríflegri klípu af salti og dreifið flatt í steikarpönnu klædda smjörpappír. Setjið í ofninn í 15 mínútur, bætið síðan helmingnum af kjúklingabaunum út í, hrærið vel og eldið í 10 mínútur í viðbót, þar til gulrótin mýkist en hefur samt bit.

b) Á meðan skaltu setja laukinn og engiferið í stóran pott. Steikið með afganginum af ólífuolíunni í um það bil 10 mínútur við meðalhita þar til laukurinn er alveg mjúkur og gullinn. Bætið restinni af kjúklingabaununum, soðinu, karsunni, spínati, sykri og ¾ teskeið salti út í, hrærið vel og látið suðuna koma upp. Eldið í eina eða tvær mínútur, bara þar til laufin visna.

c) Notaðu matvinnsluvél eða blandara, blandaðu súpunni þar til hún er mjúk. Bætið rósavatninu út í, hrærið, smakkið til og bætið við meira salti eða rósavatni ef þið viljið. Setjið til hliðar þar til gulrótin og kjúklingabaunurnar eru tilbúnar og hitið svo aftur til að bera fram.

d) Til að bera fram, skiptið súpunni í fjórar skálar og toppið með heitu gulrótinni og kjúklingabaunum og, ef þú vilt, um 2 tsk jógúrt í hverjum skammti.

## 60.Heit jógúrt og byggsúpa

**Hráefni:**
- 6¾ bollar / 1,6 lítrar vatn
- 1 bolli / 200 g perlubygg
- 2 meðalstórir laukar, smátt saxaðir
- 1½ tsk þurrkuð mynta
- 4 msk / 60 g ósaltað smjör
- 2 stór egg, þeytt
- 2 bollar / 400 g grísk jógúrt
- ⅔ oz / 20 g fersk mynta, söxuð
- ⅓ oz / 10 g flatblaða steinselja, saxuð
- 3 grænir laukar, þunnar sneiðar
- salt og nýmalaður svartur pipar

**LEIÐBEININGAR**

a) Hitið vatnið að suðu ásamt bygginu í stórum potti, bætið 1 tsk af salti og látið malla þar til byggið er soðið en samt al dente, 15 til 20 mínútur. Takið af hitanum. Þegar búið er að elda þá þarftu 4¾ bolla / 1,1 lítra af eldunarvökvanum fyrir súpuna; fylltu á með vatni ef þú situr eftir með minna vegna uppgufunar.

b) Á meðan byggið er að eldast, steikið laukinn og þurrkaða myntu við meðalhita í smjörinu þar til það er mjúkt, um það bil 15 mínútur. Bætið þessu við soðna byggið.

c) Þeytið saman egg og jógúrt í stórri hitaþolinni blöndunarskál. Blandið smá af bygginu og vatni rólega saman við, einni sleif í einu, þar til jógúrtin hefur hitnað. Þetta mun tempra jógúrtina og eggin og koma í veg fyrir að þau klofni þegar hún er bætt við heita vökvann.

d) Bætið jógúrtinni í súpupottinn og farðu aftur á miðlungshita, hrærið stöðugt þar til súpan er komin að mjög léttum suðu. Takið af hitanum, bætið söxuðum kryddjurtum og grænlauk út í og athugið kryddið.

e) Berið fram heitt.

# SALÖT

## 61.Ómant sjávarréttasalat

**HRÁEFNI:**
**FYRIR SALATIÐ:**
- 500 g hákarlakjöt, soðið og skorið í teninga
- 1 bolli agúrka, í teningum
- 1 bolli tómatar, sneiddir
- 1/2 bolli rauðlaukur, smátt saxaður
- 1/4 bolli ferskt kóríander, saxað
- 1/4 bolli fersk mynta, söxuð
- 1 grænn chili, smátt saxaður (stilla eftir smekk)
- Salt og pipar eftir smekk

**FYRIR KLÆÐINU:**
- 3 matskeiðar ólífuolía
- 2 matskeiðar sítrónusafi
- 1 tsk malað kúmen
- 1 tsk malað kóríander
- Salt og pipar eftir smekk

**LEIÐBEININGAR:**

a) Gakktu úr skugga um að hákarlakjötið sé vel soðið. Þú getur grillað, bakað eða steikt það. Þegar það er eldað, látið það kólna og skerið það síðan í hæfilega stóra bita.

b) Í stórri skál, blandaðu hægelduðum hákarlakjöti, agúrku, tómötum, rauðlauk, kóríander, myntu og grænum chili saman.

**GERÐU KLÆÐINGuna:**

c) Í lítilli skál, þeytið saman ólífuolíu, sítrónusafa, malað kúmen, malað kóríander, salt og pipar.

**SAMLAÐU SALATIÐ:**

d) Hellið dressingunni yfir salatið og hrærið varlega þar til allt er vel húðað.

e) Kælið salatið í að minnsta kosti 30 mínútur til að leyfa bragðinu að blandast saman.

f) Áður en það er borið fram skaltu gefa salatinu síðasta kastið. Stillið salt og pipar ef þarf.

g) Berið fram hákarlasalatið sem er innblásið af Óman, kælt.

## 62.Ómant tómatar og gúrkusalat

**HRÁEFNI:**
- 4 tómatar, skornir í bita
- 2 gúrkur, skornar í teninga
- 1 rauðlaukur, smátt saxaður
- 1 grænt chili, smátt saxað
- Ferskt kóríander, saxað
- Safi úr 2 sítrónum
- Salt og pipar eftir smekk

**LEIÐBEININGAR:**
a) Blandið saman tómötum, gúrkum, rauðlauk, grænu chili og kóríander í skál.
b) Bætið við sítrónusafa, salti og pipar. Kasta til að sameina.
c) Kældu í ísskáp í klukkutíma áður en það er borið fram.

# 63. Ómanskt spínat og granateplasalat

**HRÁEFNI:**
- 4 bollar fersk spínatlauf
- 1 bolli granatepli fræ
- 1/2 bolli fetaostur, mulinn
- 1/4 bolli valhnetur, saxaðar
- Ólífuolía
- Balsamic edik
- Salt og pipar eftir smekk

**LEIÐBEININGAR:**
a) Raðið spínatblöðum á framreiðsludisk.
b) Stráið granateplafræjum, fetaosti og söxuðum valhnetum yfir spínatið.
c) Dreypið ólífuolíu og balsamikediki yfir.
d) Kryddið með salti og pipar. Hrærið varlega áður en það er borið fram.

## 64.Ómanskt kjúklingasalat (Salatat Hummus)

**HRÁEFNI:**
- 2 bollar soðnar kjúklingabaunir
- 1 agúrka, skorin í teninga
- 1 tómatur, skorinn í teninga
- 1/2 rauðlaukur, smátt saxaður
- 1/4 bolli söxuð fersk mynta
- 1/4 bolli söxuð fersk steinselja
- Safi úr 1 sítrónu
- 2 matskeiðar ólífuolía
- Salt og pipar, eftir smekk

**LEIÐBEININGAR:**
a) Blandið saman kjúklingabaunum, gúrku, tómötum, rauðlauk, myntu og steinselju í skál.
b) Dreypið sítrónusafa og ólífuolíu yfir.
c) Kryddið með salti og pipar.
d) Hrærið salatinu vel og berið fram kælt.

## 65.Ómant Tabbouleh salat

## HRÁEFNI:
- 1 bolli bulgurhveiti, lagt í bleyti í heitu vatni í 1 klst
- 2 bollar fersk steinselja, smátt söxuð
- 1 bolli fersk myntulauf, smátt skorin
- 4 tómatar, smátt skornir
- 1 agúrka, smátt skorin
- 1/2 bolli rauðlaukur, smátt saxaður
- Safi úr 3 sítrónum
- Ólífuolía
- Salt og pipar eftir smekk

## LEIÐBEININGAR:
a) Tæmið bleytu bulgur og settu það í stóra skál.
b) Bætið við saxaðri steinselju, myntu, tómötum, gúrku og rauðlauk.
c) Í lítilli skál, þeytið saman sítrónusafa og ólífuolíu. Hellið yfir salatið.
d) Kryddið með salti og pipar. Hrærið vel og kælið í að minnsta kosti 30 mínútur áður en það er borið fram.

## 66.Oman Fattoush salat

## HRÁEFNI:
- 2 bollar blandað salatgrænmeti (salat, rucola, radicchio)
- 1 agúrka, skorin í teninga
- 2 tómatar, skornir í bita
- 1 rauð paprika, söxuð
- 1/2 bolli radísur, sneiddar
- 1/4 bolli fersk myntulauf, söxuð
- 1/4 bolli fersk steinselja, söxuð
- 1/4 bolli ólífuolía
- Safi úr 1 sítrónu
- 1 tsk sumak
- Salt og pipar eftir smekk
- Pítubrauð, ristað og brotin í bita

## LEIÐBEININGAR:
a) Blandið saman salatgrænu, agúrku, tómötum, papriku, radísum, myntu og steinselju í stóra skál.
b) Í lítilli skál, þeytið saman ólífuolíu, sítrónusafa, súmak, salti og pipar.
c) Hellið dressingunni yfir salatið og blandið saman.
d) Toppið með ristuðu pítubrauðsstykki áður en það er borið fram.

## 67. Ómanskt blómkáls-, bauna- og hrísgrjónasalat

## Hráefni:
**FYRIR SALATIÐ:**
- 1 bolli soðin basmati hrísgrjón, kæld
- 1 lítill blómkálshaus, skorinn í báta
- 1 dós (15 oz) nýrnabaunir, tæmd og skoluð
- 1/2 bolli söxuð fersk steinselja
- 1/4 bolli söxuð fersk myntulauf
- 1/4 bolli niðurskorinn grænn laukur

**FYRIR KLÆÐINU:**
- 3 matskeiðar ólífuolía
- 2 matskeiðar sítrónusafi
- 1 tsk malað kúmen
- 1 tsk malað kóríander
- Salt og pipar eftir smekk

**LEIÐBEININGAR:**
a) Forhitið ofninn í 400°F (200°C).
b) Kasta blómkálsblómum með smá af ólífuolíu, salti og pipar.
c) Dreifið þeim á bökunarplötu og steikið í um 20-25 mínútur eða þar til þær eru gullinbrúnar og meyrar. Leyfið því að kólna.
d) Eldið basmati hrísgrjónin samkvæmt leiðbeiningum á pakka. Þegar það er soðið, látið það kólna að stofuhita.
e) Í lítilli skál, þeytið saman ólífuolíu, sítrónusafa, malað kúmen, malað kóríander, salt og pipar. Stilltu kryddið að þínum smekk.
f) Blandaðu saman kældu hrísgrjónunum, ristuðu blómkálinu, nýrnabaunum, saxaðri steinselju, saxaðri myntu og sneiðum grænum lauk í stóra salatskál.
g) Hellið dressingunni yfir salatið og hrærið varlega þar til allt er vel húðað.
h) Kælið salatið í að minnsta kosti 30 mínútur áður en það er borið fram til að leyfa bragðinu að blandast saman.
i) Berið fram kælt og skreytið með fleiri ferskum kryddjurtum ef vill.

# 68.Ómanska döðlu- og valhnetusalat

**HRÁEFNI:**
- 1 bolli blandað salatgrænmeti
- 1 bolli döðlur, grófhreinsaðar og saxaðar
- 1/2 bolli valhnetur, saxaðar
- 1/4 bolli fetaostur, mulinn
- Balsamic vínaigrette dressing

**LEIÐBEININGAR:**
a) Raðið salatgrænu á disk.
b) Stráið söxuðum döðlum, valhnetum og muldum fetaosti yfir grænmetið.
c) Dreypið balsamic vínaigrette dressingu yfir.
d) Hrærið varlega áður en það er borið fram.

## 69.Ómant gulrót og appelsínusalat

**HRÁEFNI:**
- 4 bollar rifnar gulrætur
- 2 appelsínur, skrældar og sneiddar
- 1/4 bolli rúsínur
- 1/4 bolli saxaðar pistasíuhnetur
- Appelsínu vínaigrette dressing

**LEIÐBEININGAR:**

a) Blandið saman rifnum gulrótum, appelsínubitum, rúsínum og pistasíuhnetum í stóra skál.
b) Dreypið appelsínuvínaigrettedressingu yfir.
c) Hrærið vel og kælið í að minnsta kosti 30 mínútur áður en það er borið fram.

# 70.Ómanskt kínóasalat

## HRÁEFNI:

- 1 bolli soðið kínóa
- 1 bolli kirsuberjatómatar, helmingaðir
- 1 agúrka, skorin í teninga
- 1/2 bolli fetaostur, mulinn
- 1/4 bolli Kalamata ólífur, sneiddar
- Ferskt oregano, saxað
- Ólífuolía
- Rauðvínsedik
- Salt og pipar eftir smekk

## LEIÐBEININGAR:

a) Blandið saman soðnu kínóa, kirsuberjatómötum, agúrku, fetaosti, ólífum og fersku oregano í stóra skál.

b) Dreypið ólífuolíu og rauðvínsediki yfir.

c) Kryddið með salti og pipar. Hrærið varlega áður en það er borið fram.

## 71.Ómanska rauðrófu og jógúrt salat

**HRÁEFNI:**
- 2 meðalstórar rauðrófur, soðnar og skornar í teninga
- 1 bolli jógúrt
- 2 hvítlauksgeirar, saxaðir
- Salt, eftir smekk
- Saxuð myntulauf til skrauts

**LEIÐBEININGAR:**
a) Blandið saman niðurskornum rauðrófum og jógúrt í skál.
b) Bætið við hakkaðri hvítlauk og salti, hrærið vel.
c) Skreytið með söxuðum myntulaufum.
d) Kælið áður en það er borið fram.

## 72.Ómanskt hvítkál salat

**HRÁEFNI:**
- 1 lítið hvítkál, fínt rifið
- 1 gulrót, rifin
- 1/2 bolli majónesi
- 1 matskeið hvítt edik
- 1 matskeið sykur
- Salt og pipar, eftir smekk

**LEIÐBEININGAR:**
a) Blandið rifnu hvítkáli og rifnum gulrót saman í stóra skál.
b) Blandið majónesi, hvítu ediki, sykri, salti og pipar í sérstakri skál til að búa til dressingu.
c) Hellið dressingunni yfir kálblönduna og blandið þar til hún er vel húðuð.
d) Kælið áður en það er borið fram.

## 73.Ómant linsubaunasalat (Salatat auglýsingar)

**HRÁEFNI:**
- 1 bolli soðnar brúnar linsubaunir
- 1 agúrka, skorin í teninga
- 1 tómatur, skorinn í teninga
- 1 rauðlaukur, smátt saxaður
- Ferskt kóríander, saxað
- Ólífuolía
- Sítrónusafi
- Malað kúmen
- Salt og pipar, eftir smekk

**LEIÐBEININGAR:**
a) Blandið saman soðnum linsubaunum, niðurskornum agúrku, sneiðum tómötum og saxuðum rauðlauk í skál.
b) Dreypið ólífuolíu og sítrónusafa yfir.
c) Stráið malað kúmeni, fersku kóríander, salti og pipar yfir.
d) Hrærið salatinu varlega og berið fram kælt.

# EFTIRLITUR

## 74.Ómanskur rósavatnsbúðingur (Mahalabiya)

**HRÁEFNI:**
- 1/2 bolli hrísgrjónamjöl
- 4 bollar mjólk
- 1 bolli sykur
- 1 tsk rósavatn
- Saxaðar pistasíuhnetur til skrauts

**LEIÐBEININGAR:**
a) Leysið hrísgrjónshveiti upp í litlu magni af mjólk í skál til að búa til slétt deig.
b) Hitið afganginn af mjólk og sykri í potti yfir meðalhita.
c) Bætið hrísgrjónamjölsmaukinu í pottinn, hrærið stöðugt þar til blandan þyknar.
d) Takið af hitanum og hrærið rósavatni út í.
e) Hellið blöndunni í rétta diska og látið kólna.
f) Þegar það hefur verið stillt, geymið í kæli þar til það er kalt.
g) Skreytið með söxuðum pistasíuhnetum áður en þær eru bornar fram.

## 75. Omani Halwa (Sætur hlaup eftirréttur)

## HRÁEFNI:

- 1/2 bolli maísmjöl
- 2 bollar Vatn
- 1 bolli Laxer Sykur
- 2 msk kasjúhnetur, saxaðar (eða möndlur eða pistasíuhnetur)
- 1 msk Smjör
- 1/4 tsk möluð kardimommur
- 2 klípur Rósavatn
- 1 klípa saffranþræðir

## LEIÐBEININGAR:

a) Blandið maísmjöli (1/2 bolli) saman við vatn (2 bollar) og setjið til hliðar.

b) Á þykkbotna pönnu, karamellisaðu Caster Sugar (1 bolli). Dragðu úr loganum og bættu maísmjölsblönduðu vatni út í. Í upphafi getur karamellusykurinn orðið harður, en hann bráðnar og verður að sléttum vökva þegar hann hitnar.

c) Hrærið stöðugt til að forðast kekki. Þegar blandan þykknar skaltu bæta við söxuðum kasjúhnetum (2 msk), smjöri (1 msk), malaðri kardimommu (1/4 tsk), rósavatni (2 klípur) og saffranþráðum (1 klípa).

d) Leyfið blöndunni að verða þykk og þar til hún fer að fara úr hliðum pönnunnar.

e) Slökktu á loganum. Hálvan er kannski ekki storknuð strax en hún þykknar þegar hún kólnar.

# 76. Ómanska Mushaltat

**HRÁEFNI:**
**FYRIR DEIGIÐ:**
- 4 bollar alhliða hveiti
- 1 tsk Salt
- 1 matskeið Sykur
- 1 tsk lyftiduft
- 1 bolli heitt vatn
- 1/2 bolli Mjólk
- 2 matskeiðar Ghee, brætt

**FYRIR FYLLINGU:**
- 2 bollar hvítur ostur (eins og Akkawi eða Halloumi), rifinn niður
- 1 bolli fersk steinselja, söxuð
- 1/2 bolli grænn laukur, saxaður
- 1/2 bolli ferskur kóríander, saxaður
- 1/2 bolli fersk mynta, söxuð
- 1/2 bolli fetaostur, mulinn
- 1 tsk svört sesamfræ (valfrjálst, til að skreyta)

**TIL BURSTU:**
- 2 matskeiðar Ghee, brætt

**LEIÐBEININGAR:**
**UNDIRBÚÐU DEIGIÐ:**
a) Blandið saman hveiti, salti, sykri og lyftidufti í stóra blöndunarskál.
b) Bætið heitu vatni og mjólk smám saman út í þurrefnin og hrærið stöðugt.
c) Hnoðið deigið þar til það verður slétt og teygjanlegt.
d) Hellið bræddu ghee yfir deigið og hnoðið áfram þar til það hefur blandast vel inn.
e) Hyljið deigið með rökum klút og látið standa í um það bil 1 klst.

**UNDIRBÚÐU FYLLINGuna:**
f) Í sérstakri skál blandið saman rifnum hvítum osti, ferskri steinselju, grænum lauk, kóríander, myntu og mulið feta.

**SAMLAÐU MUSHALTATINN:**
g) Forhitið ofninn í 200°C (392°F).
h) Skiptið hvíldar deiginu í litla skammta. Rúllaðu hverjum hluta í kúlu.
i) Fletjið deigkúlu út í þunnan hring á hveitistráðu yfirborði.
j) Setjið ríkulegt magn af osti og kryddjurtafyllingunni á annan helming deighringsins.
k) Brjótið hinn helminginn af deiginu yfir fyllinguna til að mynda hálfhringlaga form. Lokaðu brúnunum með því að þrýsta þeim saman.
l) Setjið saman Mushaltat á bökunarplötu.

**BAKKA:**
m) Penslið toppinn á hverjum Mushaltat með bræddu ghee.
n) Valfrjálst, stráið svörtum sesamfræjum yfir toppinn til að skreyta.
o) Bakið í forhituðum ofni í um 15-20 mínútur eða þar til þær eru gullinbrúnar.
p) Þegar Mushaltatið er bakað, látið kólna aðeins áður en það er borið fram.
q) Berið fram heitt og njóttu yndislegra bragðanna af Omani Mushaltat!

## 77.Ómanska döðlukaka

**HRÁEFNI:**
- 2 bollar alhliða hveiti
- 1 bolli smjör, mildað
- 1 bolli sykur
- 4 egg
- 1 bolli döðlumauk
- 1 tsk möluð kardimommur
- 1 tsk lyftiduft
- 1/2 bolli saxaðar hnetur (valhnetur eða möndlur)

**LEIÐBEININGAR:**
a) Forhitið ofninn í 350°F (175°C). Smyrjið og hveiti kökuform.
b) Í skál, hrærið saman smjör og sykur þar til það er létt og ljóst.
c) Bætið eggjum við einu í einu, þeytið vel eftir hverja viðbót.
d) Blandið döðlumauki, malaðri kardimommu og söxuðum hnetum saman við.
e) Sigtið saman hveiti og lyftiduft, bætið svo smám saman út í deigið og hrærið þar til það hefur blandast vel saman.
f) Hellið deiginu í undirbúið kökuform.
g) Bakið í um 40-45 mínútur eða þar til tannstöngull sem stungið er í miðjuna kemur hreinn út.
h) Leyfið kökunni að kólna áður en hún er skorin í sneiðar.

## 78.Ómanski Qamar al-Din búðingurinn

**HRÁEFNI:**
- 1 bolli þurrkað apríkósumauk (Qamar al-Din)
- 4 bollar vatn
- 1/2 bolli sykur (stilla eftir smekk)
- 1/4 bolli maíssterkju
- 1 tsk appelsínublómavatn (má sleppa)
- Saxaðar hnetur til skrauts

**LEIÐBEININGAR:**
a) Leysið apríkósumaukið upp í vatni á meðalhita í potti.
b) Bætið við sykri og hrærið þar til það er uppleyst.
c) Í sérstakri skál, blandið maíssterkju saman við lítið magn af vatni til að búa til slétt deig.
d) Bætið maíssterkjumaukinu smám saman við apríkósublönduna og hrærið stöðugt þar til hún þykknar.
e) Takið af hitanum og hrærið appelsínublómavatni út í ef það er notað.
f) Hellið blöndunni í rétta diska og látið kólna.
g) Geymið í kæli þar til stíft.
h) Skreytið með söxuðum hnetum áður en borið er fram.

# 79. Kardimommur hrísgrjónabúðingur

**HRÁEFNI:**
- 1 bolli basmati hrísgrjón
- 4 bollar mjólk
- 1 bolli sykur
- 1 tsk möluð kardimommur
- 1/2 bolli rúsínur
- Saxaðar möndlur til skrauts

**LEIÐBEININGAR:**
a) Skolið basmati hrísgrjónin og eldið þar til þau eru næstum tilbúin.
b) Hitið mjólk og sykur í sérstökum potti yfir meðalhita og hrærið þar til sykurinn leysist upp.
c) Bætið hálfsoðnu hrísgrjónunum við mjólkurblönduna.
d) Hrærið malaðri kardimommu út í og bætið við rúsínum.
e) Eldið við lágan hita þar til hrísgrjónin eru fullelduð og blandan þykknar.
f) Takið af hitanum og látið kólna.
g) Geymið í kæli þar til það er kalt.
h) Skreytið með söxuðum möndlum áður en borið er fram.

## 80. Ómanska Luqaimat (Sætur dumplings)

**HRÁEFNI:**
- 2 bollar alhliða hveiti
- 1 matskeið sykur
- 1 tsk ger
- 1 bolli heitt vatn
- Olía til steikingar
- Sesamfræ og hunang til skrauts

**LEIÐBEININGAR:**
a) Blandið saman hveiti, sykri, geri og volgu vatni í skál til að mynda slétt deig. Látið hefast í um 1-2 klst.
b) Hitið olíu á djúpri pönnu.
c) Notaðu skeið, slepptu litlum skömmtum af deiginu í heita olíuna til að mynda litlar bollur.
d) Steikið þar til þær eru gullinbrúnar.
e) Takið úr olíunni og látið renna af á pappírshandklæði.
f) Dreifið hunangi yfir og stráið sesamfræjum yfir áður en það er borið fram.

## 81.Ómanskar rósakökur (Qurabiya)

## HRÁEFNI:

- 2 bollar semolina
- 1 bolli ghee, brætt
- 1 bolli flórsykur
- 1 tsk rósavatn
- Saxaðar pistasíuhnetur til skrauts

## LEIÐBEININGAR:

a) Blandið semolina, bræddu ghee, flórsykri og rósavatni saman í skál til að mynda deig.
b) Mótaðu deigið í litlar smákökur.
c) Setjið kökurnar á bökunarplötu.
d) Bakið í forhituðum ofni við 350°F (175°C) í um 15-20 mínútur eða þar til gullið er.
e) Skreytið með söxuðum pistasíuhnetum og látið þær kólna áður en þær eru bornar fram.

## 82.Ómanska banana- og döðluterta

**HRÁEFNI:**
- 1 blað tilbúið laufabrauð
- 3 þroskaðir bananar, skornir í sneiðar
- 1 bolli döðlur, grófhreinsaðar og saxaðar
- 1/2 bolli hunang
- Saxaðar hnetur til skrauts

**LEIÐBEININGAR:**
a) Fletjið smjördeigsplötunni út og setjið í tertuform.
b) Raðið niðursneiddum bananum og söxuðum döðlum á sætabrauðið.
c) Dreypið hunangi yfir ávextina.
d) Bakið í forhituðum ofni við 375°F (190°C) í um 20-25 mínútur eða þar til deigið er gullið.
e) Skreytið með söxuðum hnetum áður en borið er fram.

## 83.Ómanskur saffranís

**HRÁEFNI:**
- 2 bollar þungur rjómi
- 1 bolli þétt mjólk
- 1/2 bolli sykur
- 1 tsk saffranþræðir, liggja í bleyti í volgu vatni
- Saxaðar pistasíuhnetur til skrauts

**LEIÐBEININGAR:**
a) Þeytið þungan rjómann í skál þar til stífir toppar myndast.
b) Blandið saman þéttri mjólk, sykri og vatni með saffran í sérstakri skál.
c) Blandið þéttu mjólkurblöndunni varlega saman við þeytta rjómann.
d) Færið blönduna í ílát og frystið í að minnsta kosti 4 klukkustundir.
e) Skreytið með söxuðum pistasíuhnetum áður en þær eru bornar fram.

## 84.Ómanska rjómakaramellu (Muhallabia)

## HRÁEFNI:

- 1/2 bolli hrísgrjónamjöl
- 4 bollar mjólk
- 1 bolli sykur
- 1 tsk rósavatn
- 1 tsk appelsínublómavatn
- Saxaðar pistasíuhnetur til skrauts

## LEIÐBEININGAR:

a) Leysið hrísgrjónamjöl í potti upp í lítið magn af mjólk til að búa til slétt deig.
b) Hitið afganginn af mjólk og sykri í sérstökum potti yfir meðalhita.
c) Bætið hrísgrjónamjölsmaukinu við mjólkurblönduna, hrærið stöðugt þar til blandan þykknar.
d) Takið af hitanum og hrærið rósavatni og appelsínublómavatni saman við.
e) Hellið blöndunni í rétta diska og látið kólna.
f) Geymið í kæli þar til stíft.
g) Skreytið með söxuðum pistasíuhnetum áður en þær eru bornar fram.

# DRYKKIR

## 85.Kasmír Kahwa

**HRÁEFNI:**
- 4 bollar vatn
- 4-5 grænir kardimommubelgir, muldir
- 4-5 heilir negull
- 1 kanilstöng
- 1 tsk fínt rifið ferskt engifer
- 2 matskeiðar grænt te lauf
- Klípa af saffran þráðum
- 4-5 möndlur, hvítaðar og skornar í sneiðar
- 4-5 pistasíuhnetur, saxaðar
- Hunang eða sykur eftir smekk

**LEIÐBEININGAR:**
a) Í pott, láttu 4 bolla af vatni sjóða.
b) Bætið grænum kardimommubungum, heilum negul, kanilstöng og fínt rifnum ferskum engifer út í sjóðandi vatnið.
c) Leyfðu kryddunum að malla í 5-7 mínútur til að koma bragðinu út í vatnið.
d) Lækkið hitann í lágan og bætið grænu telaufum út í kryddað vatnið.
e) Leyfðu teinu að draga í um það bil 2-3 mínútur. Vertu varkár ekki of bratt til að forðast beiskju.
f) Bættu smá af saffranþráðum við teið, sem gerir það kleift að gefa líflegan lit og fíngerða bragðið.
g) Hrærið blanchuðum og sneiðum möndlum ásamt söxuðum pistasíuhnetum saman við.
h) Sætið Kashmiri Kahwa með hunangi eða sykri eftir því sem þú vilt. Hrærið vel til að leysast upp.
i) Sigtið Kashmiri Kahwa í bolla eða litlar skálar til að fjarlægja telaufin og heil krydd.
j) Berið teið fram heitt og skreytið með hnetum ef vill.

## 86.Ómanski Sherbat

## HRÁEFNI:

- 1 lítra Mjólk
- 1 bolli Sykur
- 1/2 bolli Rjómi
- Nokkrir dropar Vanilla Essence
- 1 tsk sneiðar möndlur
- 1 tsk Pistasíuhnetur í sneiðum
- 1 matskeið vanillukrem
- 1 klípa saffran

## LEIÐBEININGAR:

a) Sjóðið mjólkina í potti.
b) Bætið sykri, rjóma, vanilluþykkni, vanillukremi, saffran, sneiðum möndlum og sneiðum pistasíuhnetum út í sjóðandi mjólk.
c) Eldið blönduna á lágum hita þar til mjólkin þykknar. Hrærið stöðugt til að forðast að festast við botninn.
d) Fjarlægðu pottinn af loganum og láttu sherbatinn kólna niður í stofuhita.
e) Þegar blöndunni hefur verið kólnað skaltu setja hana í kæli til að kæla vel.
f) Omani Sherbat er nú tilbúið til framreiðslu.
g) Hellið kældu sherbatinu í glös og skreytið með möndlum og pistasíuhnetum til viðbótar ef vill.

## 87.Oman Mint Lemonade (Limon w Nana)

**HRÁEFNI:**
- 4 sítrónur, safi
- 1/2 bolli sykur
- 6 bollar vatn
- Fersk myntublöð
- Ísmolar

**LEIÐBEININGAR:**
a) Blandið sítrónusafa og sykri í könnu þar til sykurinn leysist upp.
b) Bætið vatni út í og hrærið vel.
c) Myljið nokkur myntulauf og bætið þeim í könnuna.
d) Kælið í að minnsta kosti 1 klst.
e) Berið fram yfir ísmola, skreytt með fersku myntulaufi.

# 88.Ómanska Sahlab

**HRÁEFNI:**

- 2 bollar mjólk
- 2 matskeiðar sahlab duft (möluð orkídeurót)
- 2 matskeiðar sykur
- 1/2 tsk malaður kanill
- Mistar pistasíuhnetur til skrauts

**LEIÐBEININGAR:**

a) Hitið mjólk yfir meðalhita í potti.
b) Í lítilli skál, blandaðu sahlab dufti með smá kaldri mjólk til að mynda slétt deig.
c) Bætið sahlab-maukinu og sykri út í volga mjólkina, hrærið stöðugt þar til hún þykknar.
d) Takið af hitanum og látið kólna.
e) Hellið í skammtabolla, stráið möluðum kanil yfir og skreytið með muldum pistasíuhnetum.

# 89. Ómanskur tamarindsafi (Tamar hindí)

**HRÁEFNI:**
- 1 bolli tamarindmauk
- 4 bollar vatn
- Sykur (valfrjálst, eftir smekk)
- Ísmolar
- Myntublöð til skrauts

**LEIÐBEININGAR:**
a) Blandið tamarindmauki saman við vatn í könnu.
b) Sætið með sykri ef vill.
c) Hrærið vel þar til tamarindmaukið er alveg uppleyst.
d) Kælið í að minnsta kosti 1 klst.
e) Berið fram yfir ísmola, skreytt með myntulaufum.

## 90. Ómanískt rósavatnslímonaði

**HRÁEFNI:**
- 4 sítrónur, safi
- 1/4 bolli sykur (stilla eftir smekk)
- 4 bollar kalt vatn
- 1 matskeið rósavatn
- Ísmolar
- Fersk rósablöð til skrauts

**LEIÐBEININGAR:**
a) Blandið saman nýkreistum sítrónusafa og sykri í könnu.
b) Bætið við köldu vatni og hrærið þar til sykurinn er uppleystur.
c) Hrærið rósavatni út í.
d) Kælið í að minnsta kosti 1 klst.
e) Berið fram yfir ísmola og skreytið með ferskum rósablöðum.

# 91. Ómanska Jallab

**HRÁEFNI:**
- 1 bolli vínberjamelassi (dibs)
- 4 bollar vatn
- 1 matskeið rósavatn
- Ísmolar
- Furuhnetur og saxaðar pistasíuhnetur til skrauts
- Rúsínur til framreiðslu

**LEIÐBEININGAR:**
a) Blandið vínberjamelassi saman við vatn í könnu.
b) Bætið rósavatni út í og hrærið vel.
c) Kælið í að minnsta kosti 1 klst.
d) Berið fram yfir ísmola, skreytt með furuhnetum og söxuðum pistasíuhnetum.
e) Mögulega má bæta rúsínum við hvern skammt.

# 92. Ómanska saffranmjólk (Haleeb al-Za'fran)

**HRÁEFNI:**
- 2 bollar mjólk
- 1/4 tsk saffranþræðir, liggja í bleyti í volgu vatni
- 2 matskeiðar hunang (stilla eftir smekk)
- Malaður kanill til skrauts

**LEIÐBEININGAR:**
a) Hitið mjólk í potti þar til hún er volg.
b) Bætið við vatni og hunangi með saffran, hrærið vel.
c) Hellið í afgreiðslubolla.
d) Skreytið með stökki af möluðum kanil.
e) Berið fram heitt.

# 93.Ómanska banana döðlusmoothie

**HRÁEFNI:**
- 2 þroskaðir bananar
- 1/2 bolli döðlur, holhreinsaðar og saxaðar
- 1 bolli jógúrt
- 1 bolli mjólk
- Hunang (valfrjálst, eftir smekk)
- Ísmolar

**LEIÐBEININGAR:**
a) Í blandara skaltu sameina þroskaða banana, saxaðar döðlur, jógúrt og mjólk.
b) Blandið þar til slétt.
c) Sætið með hunangi ef vill.
d) Bætið við ísmolum og blandið aftur.
e) Hellið í glös og berið fram kælt.

## 94.Ómanska granatepli mocktail

**HRÁEFNI:**
- 1 bolli granateplasafi
- 1/2 bolli appelsínusafi
- 1/4 bolli sítrónusafi
- Gosvatn
- Sykur (valfrjálst, eftir smekk)
- Ísmolar
- Appelsínusneiðar til skrauts

**LEIÐBEININGAR:**
a) Blandið granateplasafa, appelsínusafa og sítrónusafa í könnu.
b) Sætið með sykri ef vill.
c) Fylltu glös með ísmolum.
d) Hellið safablöndunni yfir ísinn.
e) Toppið með gosvatni.
f) Skreytið með appelsínusneiðum.

## 95. Ómanska saffran límonaði

**HRÁEFNI:**

- 4 sítrónur, safi
- 1/4 tsk saffranþræðir, liggja í bleyti í volgu vatni
- 1/2 bolli sykur (stilla eftir smekk)
- 4 bollar kalt vatn
- Ísmolar
- Fersk myntulauf til skrauts

**LEIÐBEININGAR:**

a) Blandið saman nýkreistum sítrónusafa, vatni með saffran og sykri í könnu.
b) Bætið við köldu vatni og hrærið þar til sykurinn er uppleystur.
c) Kælið í að minnsta kosti 1 klst.
d) Berið fram yfir ísmola og skreytið með fersku myntulaufi.

## 96. Ómanskur kanilldöðluhristingur

**HRÁEFNI:**
- 1 bolli döðlur, grófhreinsaðar og saxaðar
- 2 bollar mjólk
- 1/2 tsk malaður kanill
- Hunang (valfrjálst, eftir smekk)
- Ísmolar

**LEIÐBEININGAR:**
a) Blandið saman hakkuðum döðlum, mjólk og möluðum kanil í blandara.
b) Blandið þar til slétt.
c) Sætið með hunangi ef vill.
d) Bætið við ísmolum og blandið aftur.
e) Hellið í glös og berið fram kælt.

## 97.Ómanskur kókos kardimommuhristingur

**HRÁEFNI:**
- 1 bolli kókosmjólk
- 1 bolli hrein jógúrt
- 1/2 tsk möluð kardimommur
- Sykur eða hunang (stilla eftir smekk)
- Ísmolar
- Ristar kókosflögur til skrauts

**LEIÐBEININGAR:**
a) Blandaðu saman kókosmjólk, venjulegri jógúrt, malaðri kardimommu og sætuefni í blandara.
b) Blandið þar til það hefur blandast vel saman.
c) Bætið við ísmolum og blandið aftur.
d) Hellið í glös og skreytið með ristuðum kókosflögum.

# 98.Oman Minty Green Tea

**HRÁEFNI:**
- 2 grænt tepokar
- 4 bollar heitt vatn
- 1/4 bolli fersk myntulauf
- Sykur eða hunang (stilla eftir smekk)
- Ísmolar
- Sítrónusneiðar til skrauts

**LEIÐBEININGAR:**
a) Setjið grænt tepoka í heitu vatni í um það bil 3-5 mínútur.
b) Bætið ferskum myntulaufum við heitt teið.
c) Sætið með sykri eða hunangi og hrærið vel.
d) Leyfið teinu að kólna og geymið síðan í kæli.
e) Berið fram yfir ísmola, skreytt með sítrónusneiðum.

## 99.Ómanskt appelsínublóma íste

**HRÁEFNI:**
- 4 svartir tepokar
- 4 bollar heitt vatn
- 1/4 bolli appelsínublómavatn
- Sykur eða hunang (stilla eftir smekk)
- Ísmolar
- Appelsínusneiðar til skrauts

**LEIÐBEININGAR:**
a) Brattir svartir tepokar í heitu vatni í um 3-5 mínútur.
b) Bætið við appelsínublómavatni og sættið með sykri eða hunangi.
c) Hrærið vel og leyfið teinu að kólna og setjið síðan í kæli.
d) Berið fram yfir ísmola, skreytt með appelsínusneiðum.

# 100. Ómanska granatepli myntu kælir

**HRÁEFNI:**
- 1 bolli granateplasafi
- 1/2 bolli fersk myntulauf
- 1 matskeið hunang
- 4 bollar kalt vatn
- Ísmolar
- Granatepli arils til skrauts

**LEIÐBEININGAR:**
a) Blandaðu saman granateplasafa, ferskum myntulaufum og hunangi í blandara.
b) Blandið þar til myntan er smátt saxuð.
c) Sigtið blönduna í könnu.
d) Bætið við köldu vatni og hrærið vel.
e) Kælið í að minnsta kosti 1 klst.
f) Berið fram yfir ísmola og skreytið með granateplum.

# NIÐURSTAÐA

Þegar við ljúkum könnun okkar á "Ríkur bragður af óman" þökkum við innilega fyrir að hafa verið með okkur í þessu matreiðsluævintýri í gegnum líflegt matargerðarlandslag Sultanate. Við vonum að þessar uppskriftir hafi ekki aðeins vakið bragðlaukana þína heldur einnig veitt innsýn inn í hjarta og sál ómanskrar menningar.

Þessi matreiðslubók er meira en samansafn af uppskriftum; það er virðing fyrir áreiðanleika ómanskrar matargerðar og fólksins sem hefur rausnarlega miðlað matararfleifð sinni. Þegar þú smakkar síðustu bitana af þessum réttum hvetjum við þig til að bera anda ómanskra bragða inn í þitt eigið eldhús, skapa brú á milli menningarheima og ýta undir þakklæti fyrir ríkar matreiðsluhefðir þessa fallega lands.

Megi minningarnar sem skapast í kringum þessar uppskriftir verða jafn varanlegar og aldagamlar hefðir sem veittu þeim innblástur. Þakka þér fyrir að gera "Ríkur bragður af óman" að hluta af matreiðsluferð þinni. Þangað til leiðir okkar liggja aftur saman í heimi dýrindis uppgötvana, gleðilegrar matargerðar og „bil hana wa shifa" (heilsu og hamingju)!

www.ingramcontent.com/pod-product-compliance
Lightning Source LLC
Chambersburg PA
CBHW071332110526
44591CB00010B/1112